स्वप्नपूर्ती

AA000990

आल्हाद कुलकर्णी

notionpress.com
INDIA • SINGAPORE • MALAYSIA

ISBN 979-8-89026-720-7

स्वप्नपूर्ती

© आल्हाद कुलकर्णी

लेखकाची अन्य पुस्तके –

The Devil Within, Notionpress, 2013.

झाले मोकळे मानस, (The Devil Within मराठी अनुवाद, श्री हेमंत अग्निहोत्री) The Creation Publication, 2021.

Blog - https://restlessdreamz.wordpress.com/

आनंद

सर्वप्रथम आपण हे पुस्तक वाचायला निवडल्याबद्दल आपले मनःपूर्वक आभार.

आई वडिलांच्या आशिर्वादाशिवाय हे उदयाला आलं नसतं.

माझा भाऊ डॉ. जय कुलकर्णी, ज्याच्या इमोशनल सपोर्ट आणि वेळोवेळी केलेल्या गाइडन्समुळे मी लिखाणाला योग्य दिशा देऊ शकलो आणि प्रतिकूल अडथळ्यांवर मात करू शकलो.

माझी बहीण अमृता कुलकर्णी-जोशी, जिने कहाणीला शोभणारं सुरेख कव्हर पेज डिझाइन करून दिलं.

माझे परम मित्र अभिजीत कुलकर्णी, तुषार चांगदे आणि प्रिय मैत्रीण प्रज्ञा शिरपूरकर, ज्यांनी पुस्तकाच्या फर्स्ट ड्राफ्टची गर्भ तपासणी केली व महत्वाचे एडिट्स सुचवले.

माझी जिवलग मैत्रीण कल्पा अशर, जी कायमच मला उत्तम लिखाण करण्यासाठी प्रेरणा देत आली आहे.

माझे जिजाजी श्री पराग दिवे, ज्यांनी मला सॅन फ्रँसिस्कोमधल्या सीन्सच्या डिटेलिंगसाठी अत्यंत उपयुक्त मदत केली.

माझी पत्नी सुजाता, जिने मला लिहीत असताना कमीतकमी डिस्टर्ब करायचा पूर्ण प्रयत्न केला आणि मी विचारांमधे हरवलो असताना सांसारिक विधींमधे दुर्लक्ष केल्याचं तिने दुर्लक्ष केलं.

माझी मुलगी अवनी, जी हे वाचायला अतिशय उत्सुक आहे पण योग्य वेळ आल्यावरच तिला हे भेट म्हणून मिळेल ह्याची जाणीव ठेवून ती बाबांचं पुस्तक वाचायला जरा आणखी मोठी व्हायची आतुरतेने वाट बघते आहे.

गुरुदेव दत्त.

लेखकाचे मनोगत

साहित्य, कला, क्रीडा आणि विज्ञान - ह्यापैकी विज्ञानाच्या भरवश्यावर पैसा कमावता येणं सगळ्यात सोपं. आणि ते जमतंही. पण त्यात वेळ 'जातो' असंच वाटतं नेहमी. मात्र साहित्य आणि कला ह्यावर वेळ 'कमावता' येतो. ह्या गोष्टींना वेळ दिला की दिवसात काही सार्थकी झाल्यासारखं वाटतं.

२४ डिसेंबर २०२२ च्या पहाटे चार वाजता जाग आली. एक सुंदर गोष्ट सुचली. लिहायला हवी असं वाटलं. खरं तर ही कल्पना मला १७ वर्षांचा होतो तेव्हा सुचली होती. त्या वेळेला लिहिली गेली नाही. विशिष्ट वेळ येत नाही तोवर एखादी गोष्ट करायची बुद्धी सुद्धा होत नाही म्हणतात तेच खरं. विषय जरा वेगळा आहे त्यामुळे बरंच झालं की तेव्हा लिहिला गेला नाही. तेव्हा लिहिला असता तर नक्कीच 'बिघडलंय आपलं पोरगं', 'लौकिक दृष्ट्या वाया गेला', हीच दाद मिळाली असती. आता मात्र समाजात मान्यता असलेल्या आणि नसलेल्या बऱ्याच गोष्टी लिहिल्या वाचल्या आणि दाखवल्या जात आहेत. तसा विषय काही वाईट आहे असं नाही, पण १७ वर्षाच्या मुलानी लिहावा - २००१ मध्ये, असाही नाही. आज एक मॅच्युरिटी आहे, वाचक समजुद्दार आहेत, काही गोष्टींची समज आहे, लिहिण्याची तऱ्हा आहे, अनुभव आहे आणि म्हणायला 'वय' आहे. विषय सगळ्यांना आवडेलच हे कुठल्याच लेखकाला कधीच सांगता येत नाही. लिहिला छान आहे, सादरीकरण छान आहे - ही सराहना होऊ शकते, विषय आवडेल का नाही, हे सांगता येणं अवघड आहे. कारण - मला पु.लां. चं वाक्य आठवतं इथे - शरीरासारखीच मनालाही कुबड आलेली लोक अश्लील अश्लील म्हणून ओरडायला लागायची. शिवाय मराठी लेखकाकडून हे असलं काहीतरी? छे! मला लिहिता येत असतं तरी असलं काहीतरी लिहिलं नसतं - हे म्हणणारे आधीच काय कमी आहेत? असो.

असली कामं करायची म्हणजे डोक्यात थोडी रिकामी जागा हवी आणि वेळ. वेळ मिळत नाही हे धादांत खोटं आहे! आवड आहे तिथे सवड होतेच. इमेल्सनी भरलेला लॅपटॉप आणि ऑफिसचे विचार, ह्यातून बाहेर पडायला डोक्यात एक रिकामा कप्पा करायला हवा. किंबहुना कप्पा रिकामा केल्यानंतरच त्यात आणि काही ठेवायची सोय होते, हे कप्पा रिकामा

केल्यानंतरच कळतं. वेळ आली की त्यात काही चांगलं भरायला मन आपोआप प्रवृत्त होतं.

मराठीत लिहिणं सोपं आहे. कारण ते नैसर्गिक आहे, बनावटीमधे मुरलेलं आहे. संकल्पना मराठीत, लिखाणही मराठीत. विचार करावा लागतो तो केवळ विषय मांडणीचा आणि त्या भूमिकेवर कथानक बांधणीचा.

अशीच ही एक गोष्ट माझ्या मनात गेले २१ वर्ष घर करून बसलेली होती. तिला नेमकं त्या २४ डिसेंबरच्या पहाटेच स्फुरण का यावं, ह्याचं उत्तर माझ्याकडे नाही. आलं हे महत्वाचं.

आणखी एक स्वप्न मनाच्या गाभाऱ्यातून भौतिक जगात वस्तू म्हणून वावरणार, जे फार आधी बघितलं होतं. २१ वर्षांपूर्वी.

मराठी वाचकांना माझ्याकडून ही पहिली भेट.

आल्हाद कुलकर्णी

दिवाळीनंतर, २०२३.

ऑफिसात प्रियंकाने लंचमधे मुद्दाम सांगितलं, "स्पृहा इथे आलीये."

माझ्या हातातला भाजी पोळीचा घास प्लेटमधे पडतो की काय असं वाटलं मला. मी भावना सावरत विचारलं, "इंडियामधे?"

"अरे इथे पुण्यात. उद्या संध्याकाळी CCD मधे भेटायचा प्लॅन आहे INFI ग्रुपचा." प्रियंका म्हणाली.

"अच्छा." मी जमेल तितका निर्विकार चेहरा करून बोललो.

"माझ्यापासून काय लपवतोस रे?" प्रियंका म्हणाली.

छातीतील धडधड हाताळत आणि जड जीभ वळवत मी पुटपुटलो, "लपवतो असं नाही. पण, you know..."

"Of-course I know."

ऑफिसमधली वर्दळ, कॅन्टीनमधली धामधूम, काउंटरवरच्या रघूचं, "मसाला डोसा" सगळं हाईयेस्ट व्हॉल्युमवर वाजतंय असं वाटायला लागलं मला. आणि त्यानंतर प्रियंका जे बोलली ते संपूर्ण कॅन्टीनमधे दुमदुमलं असं वाटलं, "I think, तू जा तिला भेटायला."

एका सेकंदात पॉझ झालं सगळं. हिंदी सास-बहू सिरीयलमधल्या एखाद्या लक्षवेधी डायलॉगनंतर वेगवेगळ्या अँगल्सनी चेहऱ्यावर झूम करून तीनदा एको गाजवतात ना, तसं कानावर पडलं तिचं वाक्य. अख्ख कॅन्टीन आप-आपली जेवणं सोडून माझ्याकडे बघायला लागलं!

आता खरंच माझ्या हातातला राईसचा चमचा खालीच पडला फ्लोअरवर. पावनखिंडीत बाजीप्रभू देशपांडेंच्या तलवारीच्या चकमकीसारखा वाटला तो आवाज. मी आजूबाजूला बघितलं. सगळं नॉर्मल होतं, अर्थातच. फक्त मी ऐकलं होतं प्रियंका काय बोलली ते, ऑब्व्हियसली.

"पागल झाली का?"

"दर वर्षी माझ्या थ्रू तिला बर्थडे विश करतोस."

"अगं ती कित्ती वेगळी गोष्ट झाली... प्रियंका. आणि तीन वर्षांपासूनच करतोय ना. आमचं ब्रेक-अप होऊन आता जवळ-जवळ १९ वर्ष झाली. तिला किंमतही नसेल. आणि तिला सांगून विश करतेस ना - फ्रॉम नीरज म्हणून. त्यावर ती काहीतरी रिप्लाय करते? कधी माझ्या बर्थडेला ती तुझ्या थ्रू मला विश करते? गेल्या तीन वर्षात कधीतरी ती तुला तिच्या मनातलं चुकून तरी बोलली आहे माझ्याबद्दल?"

प्रियंका मान खाली करून अंडा भुर्जीत चमचा फिरवत होती, "नाही".

"मग? काय तिला भेटायला जा? काहीतरी."

"आणि तिची तयारी असेल तर, भेटायची?

मला क्षणभर विश्वासच झाला नाही, "ती म्हणाली का तुला असं काही? खरं सांग प्लीज."

"नाही."

"मग का उगीच माझी परीक्षा बघतेयेस प्रियंका तू."

एवढ्यात बाकीची टीम आमच्या टेबलवर आली. काही डब्बे घेऊन तर काही कॅफेटेरियातलं जेवण घेऊन. "क्या अप्रेझल चल रहा क्या, इतना सिरीयस कायको बैठे हो?" नितीन म्हणाला गमतीत.

"कुछ नहीं, ऐसे ही घर की बातें." प्रियंकाने लगेच उत्तर दिलं. मी मात्र भावना लपवण्यात इतका एक्स्पर्ट कधीच नव्हतो.

रोजच्या गप्पांमधे लंच कंटीन्यू झाला.

"क्या सर, आज फिर बैंगन! कभी तो कुछ अलग ट्राय कर लिया करो." सतीशने उगीचच म्हंटलं काहीही कारण नसताना. आणि मी काय रोज वांगी खातो? टिपिकल सतीश जोक. पण अचानक ते 'कुछ अलग ट्राय करो' ऐकून मोटिवेशनल वाटलं मला.

"अरे कल उसने भी बैंगन ऑर्डर कर दिये और मैं भी लेकर गया. ज्यादा हो गये. लॅक ऑफ कम्युनिकेशन रे, बिलकुल अपने जॉब जैसा." मी हसत त्याचा जोक उडवून लावला.

डेस्कवर गेल्यावर एक-दोन कॉल्सनंतर प्रियंकाने पिंग केलं Skype वर, "जा. तिला बघून ये."

माझंही मन मला हेच सांगत होतं ह्यात काय नवल होतं.

***

दोन वर्षांपूर्वी टीमची एक ट्रिप गेली होती ओव्हरनाईट. कोविडनंतरची पहिली प्रॉपर आउटिंग. सगळे जाम रंगात आले होते. रात्री कोणाच्यातरी रूमवर जॅम सेशननंतर ड्रिंक्स चालूच होते. स्नेहाने एक गेम बनवून आणला होता, Truth or Dare सारखा. डेअरसाठी जास्त ऍक्टिवीटीचा आता कंटाळा आला होता सगळ्यांनाच. सगळे ' ट्रूथ ही खेलो यार ' म्हणाले. स्नेहाची कंडिशन इतकीच की ट्रूथमधे आपल्या पास्ट रिलेशनशिप्स बद्दल सांगायचं. सगळे पिऊन टाइट, मन मोकळेपणाने बोलत होते. आप-आपले किस्से बेझिझक सांगत होते. माझं विशेष लक्ष गेलं प्रियंकाच्या कहाणीवर आणि आय नोटिस्ड की तिचं माझ्या कहाणीवर. आम्ही सगळेच हा खेळ लाइटली घेत होतो आणि त्यात गंमत होती सुद्धा, नाही म्हणता येणार नाही. आफ्टर ऑल सगळे मोठे झालेले, लग्न झालेले, घरी पोरं बाळं, आई बाबा, सासू सासरे. थोड्या दिलखुलास गप्पा झाल्या तर काय एवढं, कोणाचे अफेयर्स नसतात लग्ना आधीचे? आमच्यामधील फक्त एक रुपल होती जिचं फर्स्ट लव्ह सक्सेसफुल झालं होतं - तिच्या सांगण्या प्रमाणे. आणि ते लख्ख दिसूनही येत होतं कारण आम्ही बाकीचे जवळ-जवळ सगळे ब्रोकन, निदान एकदा तरी. त्यामुळे आम्हा बाकीच्यांना ते ओळखणं सोपं होतं. त्यात स्नेहाने जोक मारला, "देख रुपल कम से कम एक ब्रेक-अप तो होना ही चाहिये शादी से पहले, प्यार करना आ जाता है."

ह्यावर सगळे मनमुराद हसले आणि there we called it a night. सकाळी ब्रेकफास्टनंतर निघायचं होतं.

रात्रीचे साडेतीन वाजले होते, मी रूमवर गेलो तेव्हा रोहितचा ऑलरेडी अजगर झालेला होता. "चायला तू कधी परत आला बे? ओकला-बीकला नाही ना साल्या?" मी बाथरूमचं दार उघडून बघितलं, स्वच्छ होतं. माझा डायलॉग वाया गेला होता. हवेतच कुठेतरी अदृश्य झाला, रोहितच्या कानामधे घुसलाच नाही. रोहित कोमामधे गेल्यासारखा झोपला होता. मी चेहऱ्यावर पाणी मारलं, बाल्कनीत गेलो, सुट्टा सुलगावला आणि विचारांमधे गुंग झालो.

कोणीतरी दार वाजवलं. मी म्हंटलं चायला आता कोण? पोट्ट्यांना आणखी दारू हवी की काय? की सिगरेटी संपल्या? ह्याच अपेक्षेने मी दार उघडलं - बाहेर प्रियंका उभी.

"काय गं?" मी आश्चर्याने विचारलं.

"किती टाइट आहेस तू?"

"ठीक-ठाक."

"म्हणजे फुल आऊट नाही."

"नाही. डान्स केला तेव्हा उतरली होती बरीच. बोल ना, डिस्प्रिन वगैरे हवी का?" (ऑफिसमधे मेडिसिन्सचा डब्बावाला म्हणून फेमस होतो मी. त्यातली मला लागणारी गोळी एकच - मायग्रेनची. बाकीची औषधं इतरांसाठी. एकदातर कोणीतरी 'झंडू बाम होता ना अभी, कसम से लगाके डेस्कपे सो जाती मैं', असं म्हणताच मी पिक्चरमधे देवाच्या मूर्तीवरून फूल पडतं तसं चटकन झंडू बाम हातात दिलं होतं. त्यानंतर पब्लिक माझी फॅन. नीरज सर की बॅग में कुछ भी मिल सकता).

"डिस्प्रिन नकोय." प्रियंका म्हणाली, "फुल झोप उडाली आहे. स्नेहा पण (रिसॉर्टवर तिची रूम-मेट त्या दिवशी) फुलटू आऊट. मेल्यासारखी झोपली बेडवर पडल्या-पडल्या."

"ओके, काय करायचं मग? अजून प्यायची आहे? Old Monk आहे माझ्याकडे."

"नाही रे, बस झालं. बोलशील का थोडावेळ?"

"हो हो, sure."

प्रियंकाच्या डोळ्यात काही अस्वस्थ प्रश्नांची नांदी मला दिसत होती आणि कदाचित तिनेही माझा चेहरा वाचला असावा. ऑफिसात दारू प्यायला मित्र पन्नास पण मन मोकळे करायला? त्यातून मैत्रीण?

टोकाची परिस्थिती येईपर्यंत मित्र फार सोपा करतात विषय - 'छोड़ ना, दारू पीते हैं.' सेन्सिटिव्ह विषयांवर बोलायला मैत्रीण असलेली अधिक मोलाची. ती भूमिका मित्र निभावू शकत नाहीत. कारण एक स्त्री ज्या पातळीवरून समजूत काढू शकते तसे पुरुष करू शकत नाही. अर्थात मैत्री विशुद्ध असते, त्यात स्त्री पुरुष भेद आहे असं नाही पण वयाच्या एका टप्प्यानंतर सगळ्या मित्र मैत्रिणींची लग्न झालेली, नोकरी पाणी, पोरं बाळं, संसाराचा गाडा ओढत असताना दुर्लक्षलेल्या मनातल्या गोष्टी केविलवाण्या अवस्थेत कित्येक वर्ष झोपून असतात. एखादीच वेव्हलेन्थ जुळणारी व्यक्ती सापडली की मग त्यांना स्फुरण येतं.

थोड्यावेळापूर्वी झालेल्या truth or dare खेळामधली आम्हा दोघांची कहाणी एकमेकांना काही पूर्णपणे नवीन नव्हती. ह्याआधीही आम्ही पर्सनल लेव्हलवर कनेक्ट झालो होतो, घरच्या काही गोष्टींमुळे. पण ऑफिसमधे फक्त आम्हा दोघांनाच निवांत बोलायची संधी मिळणार असे किती प्रसंग?

मी रूमची चावी घेतली, बाहेर पडलो. जागा अतिशय निसर्गरम्य होती. रूम्सच्या मागच्या बाजूला वॉकिंग ट्रॅक आणि त्यामागे तलाव. परिसरात लावलेल्या लॅम्प पोस्ट्सच्या मंद प्रकाशात चालत तिथे गेलो. इतक्या दाट रात्री रातकिड्यांची किरकिर फक्त आम्ही तिथे असल्याची साक्ष देत होते.

माझी सिगरेट आता संपली होती मी ती स्टफ केली. प्रियंका तिथल्या सिट-आऊट जवळच्या रेलिंगवर हात ठेवून तलावाकडे बघत होती. अर्धचंद्राचं प्रतिबिंब इतकं सुरेख दिसत होतं. जवळपास एक मिनिट आम्ही काहीच बोललो नाही. मग प्रियंकाने अनपेक्षित प्रश्न केला, "सुट्टा आहे?"

मी निमूटपणे पॅकेट समोर केलं. तिने एक कांडी काढली, मी लाईटर पुढे केलं. तिने इतक्या एक्सपर्टली सुलगावली आणि ड्रॅग घेतला, I was surprised! "तू मारतेस की काय?"

"कॉलेजमधे असताना. लग्न झाल्यावर सोडली - म्हणजे सोडावी लागली. एकदा पुष्करने मला पकडलं बाल्कनीमधे, मी प्रेग्नन्ट असताना-"

मी तिचं वाक्य पुरं व्हायच्या आत एकदम बोललो, "प्रेग्नन्ट असताना सुट्टा मारत होती तू?"

“अरे डोहाळे लागले होते मला यार! कसाबसा एक सुट्टा जमवला होता मी एका फ्रेंड कडून. पुढे प्रेग्नन्सी पण बोम्बलली आणि bc सुट्टा... सुट्टा ना मिलाsss...” प्रियंका त्या 'bc सुट्टा ना मिला' गाण्यासारखंच गायली.

हसायला आलं मला, “पण तू प्रेग्नन्सीमधे रिस्क का-”

आता माझं वाक्य पुरं व्हायच्या आत प्रियंका बोलली, “अरे त्याच्यामुळे नाय हुकली प्रेग्नन्सी... इतक्या पोल्युशनमधे आणि टपरीवर चहाच्या वेळेस टीमचं पॅसीव स्मोकिंग इतकी वर्ष नाकात घुसल्यानंतर माझ्या दोन ड्रॅगनी काय होतंय? फॉरेनच्या बायका सकाळी सुट्टा मारून संध्याकाळी डिलिव्हरी करतात.” प्रियंकाने एक ड्रॅग घेतला मग पुढचं बोलली, “माझं बाळ गेलं त्याची कारणं वेगळी होती.”

मी पण कंपनी द्यायला एक पेटवली आणि रेलिंगला कंबर टेकवून तलावाला पाठमोरा उभा झालो. प्रियंकाकडे बघत होतो. तिने एक पफ मान वर करून हवेत सोडला आणि म्हणाली, “ते truth or dare आवडलं का तुला?”

“टाईमपास होता.” मी म्हंटलं.

“आणि तुझं अफेयर?”

क्षणभर काहीच बोललो नाही, मग शब्द सापडले, “तुला तर माहितीच आहे. पण तुझं?” मी पुढे विचारलं, “तुझं काय झालं होतं?”

तिने उत्तराखातर आणखी एक ड्रॅग फुंकला, ह्या खेपेला मान खाली करून जमिनीकडे. म्हणाली, “इतकी वर्ष झाली. एकदा मूव्ह ऑन झाल्यानंतर सगळ्या आठवणी इतक्या स्ट्रॉंग्ली परत येतील असं वाटलं नव्हतं. आणि आज का? सगळ्यांसमोर कन्फेस केल्यावर? अर्थात ती सगळी गंमत होती आणि सगळेच काही खरं बोलले असतील हे आपण कुठे सांगू शकतो.”

“हम्म.”

“मी मात्र खरं बोलले.”

“I know.”

"माझं तर इंटरकास्ट असल्यामुळे सरळ-सरळ नाही म्हणाले घरचे. आणि पळून जाण्याएवढी हिम्मत नव्हती. आता वाटतं कधीकधी, निघून जायला हवं होतं. पण मग लगेच विचार येतो की, नाही, नसतेच करू शकले. घरच्यांना कळत नाही का? ज्याच्यासोबत आयुष्य घालवायची स्वप्न रचली, त्याला सोडून दुसऱ्या माणसासोबत कशी झोपेल आपली मुलगी? सगळे सेल्फिश. त्याच्याशी लग्न झालं असतं तर कदाचित मिस्कॅरिएज पण झालं नसतं."

"कशावरून? असं नाही आपण सांगू शकत प्रियंका. त्याच्यासोबत लग्न झालंही असतं तरी आणखी काही वेगळे प्रॉब्लेम्स असतेच."

"मान्य आहे. पण ते मी स्वतः ओढावून घेतलेले असते ना."

"हम्म."

"तुझं तर असं काही नव्हतं. I mean, at least दुसरी वाली सोबत."

"दुसरी वाली म्हणजे काय यार!"

"अरे म्हणजे - तुझं सेकंड लव्ह आणि मग तिच्याशी मॅरेज. निदान ते तरी झालं. पण पहिली? तिला का सोडलंस?"

"मी नाही सोडलं! तीच गेली." मी चुकीच्या आरोपाच्या विरोधात सफाई देत असल्यासारखा पटकन बोलून गेलो.

प्रियंकाने तिची सिगरेट जमिनीवर टाकून पायाने स्टफ केली आणि जाऊन सिट-आऊटच्या बाकावर बसली. मी तिला पाठमोरा झालो आणि तलावाकडे बघत म्हणालो, "ती तुला आणखी काही बोलली होती कधी?"

मी प्रियंकाला ऐकायला थोडी मान वळवली, ती म्हणाली, "मी INFI ला असताना ती माझ्या टीममधे होती तेव्हा बोलली होती की लहानपणीच प्रेमात पडली. तो तू होतास हे ह्या कंपनीमधे आल्यावर कळलं, जेव्हा तू तिच्याबद्दल विचारलं फेसबुकच्या फोटोजवरून. नंतर कधीतरी एकदा इतकं मात्र बोलली होती पण, की तिने चुका केल्या. तुला समजू नाही शकली."

"चुका तर माझ्याही होत्या. मित्र मंडळीमधे बाकी सगळ्यांवर सहज विश्वास करायचो, तिला सोडून. तेच चुकलं. डेस्टिनी. मला हवं तसं ते घडायचं नव्हतंच. आपल्याला पुढला डाव समजून नाही यावा हा तर नियतीच्या लाडक्या खेळाचा पहिला नियम."

"पण तुमचं जमलं असतं तरी आज तुझ्या आयुष्यात काही ना काही प्रॉब्लेम्स असतेच."

"ॲग्री. पण ते-"

"पण ते तू स्वतः ओढावून घेतलेले असते."

थोड्या गॅपनंतर मंद हसत म्हणालो, "जे मी एनीवे केलंच पुढे."

मी प्रियंकाजवळ बाकावर येऊन बसलो. तिला अचानक रडूच फुटलं, "कधीकधी खूप वाईट वाटतं रे पण. खूप आठवण येते त्याची. फेसबुकवर त्याचा फोटो बघितला की आठवणींचा बांध पुन्हा फुटतो. असं वाटतं ब्लॉक करून टाकू सगळं. पण मग राहू देते. तेवढाच दिसत राहातो अधून मधून."

"त्याने केलं लग्न?"

"हो. दोन जुळ्या मुली आहेत त्याला आता. इतक्या गोड आहेत." प्रियंका आता हळुवार हुंदके देत होती. "बायको बावळट दिसते पण एक नंबरची." असं म्हणत तिला हसू फुटलं.

मी पण हसू आलेलं आवरलं आणि म्हणालो, "माझ्याकडे तर तेवढं पण नाही. तुझ्या फेसबुकवर जो लास्ट फोटो आहे तुमच्या INFI ट्रिपचा तो एकच."

प्रियंकाने डोळे पुसले आणि म्हणाली, "मी तर विचारलं होतं तुला, की तिला मागते फोटोज म्हणून तुझ्यासाठी."

"हो आणि देणार ती. जाऊदे गं."

प्रियंकाने माझा हात घट्ट धरला आणि थोडावेळ हुंदके देत राहिली. मी तिची आणखी समजूत काढली नाही.

उजाडायला लागलं होतं. पक्ष्यांची किलबिल आता ऐकायला येऊ लागली होती.

"लहानपणी किती सोपं वाटतं ना आयुष्य. प्रेमात पडलो तेव्हा असं वाटलं होतं जग जिंकलंय. असं होईल, तसं होईल, मग स्पृहा आणि माझं लग्न होईल, संसार करू, हे ते. सगळे मनाचे खेळ. आम्ही सगळे फ्रेंड्स एकदा असंच गप्पा करत असताना सुमीतने थट्टा केली होती, "स्पृहा, नीरजचं लग्न ठरलं की पहिली पत्रिका तुला आणून देईन!" स्पृहा इतकी चिडली होती ना सुमीतवर, ओरडलीच त्याच्यावर - "पुन्हा बोललास ना की नीरजचं लग्न आहे तर याद राख!" आणि आम्ही सगळे हसलो, इंक्लूडिंग मी. पण स्पृहा नाही. ती खरंच चिडली होती."

सकाळपर्यंत आमच्या ह्याच गप्पा चालल्या होत्या - प्रियंका परेश बद्दल सांगत होती आणि मी स्पृहा.

***

हे सगळं प्रियंकाला माहित असल्यामुळे तिने, स्पृहा आणि माझ्या भेटीची मस्करी करणं किंवा माझी उगीच परीक्षा पाहाणं अशक्यच होतं. आणि आज इथे ती मला कन्व्हिन्स करायचा प्रयत्न करत होती की उद्या जाऊन स्पृहाला भेटून ये. तिला परत भेटायच्या गप्पा आम्ही बरेच वेळा केल्या होत्या (मी आणि प्रियंकाने) पण ह्याची काहीच कल्पना नव्हती की असं कधी घडेल तरी का आणि कसं? बहुतेक घडणार नाहीच ह्याची खात्री असल्यामुळेच मनाचे मनोरे बांधायला काहीच हरकत नव्हती. आणि हा विचार तर प्रियंकानेही केला नसेल की तिचा INFI चा जुना ग्रुप पुन्हा भेटेल कधी.

"जा. तिला बघून ये." प्रियंकाने Skype वर केलेला मेसेज.

मी तिला रिप्लाय केला, "पण तुमचे INFI वाले असतील ना सगळे तिथे, मी कुठे जाऊ त्या घोळक्यात आणि मला कसला वेळ देणार ती?"

प्रियंका टायपिंग...

"ते ती ॲड्जस्ट करेल सगळं."

"ह्याचा अर्थ तुमचं काहीतरी बोलणं झालेलं दिसतंय... खरं सांग ना प्रियंका ती तुला म्हणाली का, की तिला मला भेटायचं आहे?"

प्रियंका टायपिंग...

बराच वेळ झाला. मी मनात विचार करत, 'अगं लवकर लिही जीव जायची वेळ येईल इथे चायला...'

"ऐक आता..."

पुन्हा प्रियंका टायपिंग...

एवढ्या वेळात इतकंच लिहिलं हिने? ऐक आता? मी चेयर जरा मागे ढकलून तिच्या डेस्ककडे बघितलं. नेमकं कोणीतरी तिच्याशी बोलायला आलं होतं. ती alt+tab करून विंडोज टॉगल करत होती. श्रेया तिच्याशी बोलत बसली होती, मोटी. रागच आला मला. काय टाईमपास करतेय यार नंतर कर हे सगळं सोड प्रियंकाला ढोली कुठली. इथे फार महत्वाचा विषय चाललाय. तेवढ्यात ती गेली, मी लॅपटॉपच्या उजव्या खालच्या कोपऱ्यातलं क्लॉक बघितलं, ३:५७. ४:०० चा कॉल होता.

प्रियंका टायपिंग काही अदृश्य होई ना. शेवटी रिप्लाय आला -

"तीच म्हणाली की त्याला सांगू नको. मी तिला विचारलं की तुला अजूनही वाटतं का की नीरज चिडलेला आहे तुझ्यावर. त्यावर ती काही बोलली नाही. बट एनीवे, ती म्हणाली तिला भेटायचं आहे. मे बी जुने काही गैरसमज दूर करायला, मे बी सहज, ते मला माहित नाही कारण पुढचं ती काही बोलली नाही. म्हणून सांगते आहे, जा. भेटून ये तिला. एक जुनी मैत्रीण म्हणून तरी जा, भेटायला काय हरकत आहे? तसंही आता कोणते सोबत येणारेय तुम्ही दोघं. झीरो रिस्क. बेस्ट आहे. आणि झालंच समजा एक्सट्रा मॅरिटल अफेयर तर बॉस, चांदी तुझी! व्वा! :-D"

"चुप गं! काहीतरी."

प्रियंका तिची चेयर मागे ढकलून माझ्याकडे बघायला लागली. मी लिहिलं, "प्लीज प्लीज बघू नकोस."

आऊटलूकवर ४ च्या कॉलचं रिमाइंडर चमकलं. आम्ही दोघांनी हेडसेट्स लावले.

***

दुसऱ्या दिवशी ऑफिसला पोहोचलो तर कळलं प्रियंकाने सिक लीव्ह टाकली होती. मला वाटलं आज संध्याकाळी ह्यांचा INFI चा ग्रुप भेटणार म्हणून टाकली असेल. मी थेट तिला कॉल केला, "ऐक ना, सिक लीव्ह वाली. निघालीस की फोन कर. I need you there for support."

"अरे मला खरंच बरं नाहीये." तिकडनं प्रियंका बसलेल्या आवाजाने बोलली.

"यार! आता? मी कसा जाऊ? मी नाही जात मग!"

"डोकं बीकं फिरलंय का? जसं ठरलंय तसं कर. मला बोलायला त्रास होतोय अरे."

"ओके ओके. टेक केयर. बाय."

मी बॉसकडे गेलो, "कार्तिक आज थोडा जल्दी जाना है."

"नो प्रॉब्लेम. कोई कॉल होगा तो टीम को दे दे और निकल ले, कोई इशू नहीं."

"थँक्स."

माझ्या मनात विचार, 'इशू तो है भाई. किसी और मीटिंग से इतना डर नहीं लगा जितना आज शाम की मीटिंग से फट रही...'

मी कसाबसा टीमसोबत लंच केला आणि एका प्रोफेशनल ऍक्टरसारखे सगळे हावभाव खूबीने झाकले. जसजशी दुपार सरत होती तसतशी माझी धाकधूक वाढत होती. तिच्या INFI ग्रुपमधे किती ऑकवर्ड होईल. प्रियंका पण नाही. नकोच जायला का? मध्ये एक-दोन कॉल्स कधी नव्हे ते इतके बरे वाटले आज, लक्ष तर नव्हतंच पण निदान वेळ तरी गेला.

पाच वाजता प्रियंकाचा WhatsApp आला, "मेसेज आला ग्रुपवर. निघाले सगळे जा तू पण."

काळजात धस्सं झालं माझ्या. "ओके." मी रिप्लाय केला.

बॅग आवरली, गाडी काढली आणि कल्याणीनगरच्या दिशेने रवाना झालो.

भीती कशाची होती माहित नाही. इतक्या वर्षांनंतर हिला का भेटायचंय? इतके मनाचे खेळ रचले इतकी वर्ष, की पुन्हा ती भेटली तर काय बोलीन, काय सांगीन, ती काय म्हणेल. आणि आता ती वेळ येणार होती तर काहीच सुचेनासं झालं होतं. एक लांब श्वास घेतला - इंटरव्यूच्या आधी घेतात तसा, जाऊदे. बघूया. प्रियंका म्हणाली ते खरं. कोणतं आता फुल मॉटी जाणारेय. झीरो रिस्क. बेस्ट आहे. आणि मग तिने पुढे लिहिलेली लाईन आठवली.

CCD जवळ कार पार्क केली आणि त्याच्या गेटवर जाऊन आत डोकावलो. कोणताच असा मोठा ग्रुप दिसत नव्हता. मोस्ट्ली कॉलेजचा क्राऊड होता. वीकडेला किती लोक येणार ह्यांच्या टीमची? मग वाटलं थोडावेळ बाहेरच वाट बघतो, स्पृहा आली की दिसेलच. लास्ट फेसबुक फोटो २०१६ चा होता तिचा मी बघितलेला. छान दिसत होती त्यात. आता मोटी तर झाली नसेल ना? नशीब मी स्वतःला मेंटेन केलं होतं बऱ्यापैकी. असं वाटलं इतकी तास जिममधे घालवली त्याचं आज चीज होणार.

पाच मिनिटानंतर मी जरा अस्वस्थ झालो. चायला अजून कशी नाही आली? PRANK? माय गॉड! नाही नाही... आणि सहज माझं लक्ष आत CCD च्या कोपऱ्यातल्या टेबलवर गेलं - स्पृहा तिथेच बसली होती. उगीच घालवली पाच मिनिटं. पण ती पाच मिनिटं फार मोलाची होती. माझा एड्रिनलिन रष स्थिरावला होता. मी आत जाऊन थेट तिच्या समोर येऊन उभा ठाकलो.

तिने मान वर करून मला बघितलं. जग स्तब्ध झालं. हवा थांबली. काही क्षण छातीत काळीज धडधडतंय की नाही ह्याची जाणीव गायब होऊन गेली. विस्मरणात कुठेतरी वाहून गेल्यासारखं वाटलं.

स्पृहा मला बघत हळूच उठून उभी राहिली. एकमेकांना पाहून ऐकून आज एकोणवीस वर्ष होऊन गेली होती. हृदयाने नेमके कुठले भाव चेहऱ्यावर आणावे मनाला ठरवताच येत नव्हतं. आठवणींमधल्या कुठल्याशा झटक्याने अखेर भानावर आलो. निर्विकारपणे चेयरवर बसलो.

ती मला बघत चेयरवर बसली. बराच वेळ कोणी काही बोलेना.

१९ वर्षांनंतर स्पृहा मला दिसत होती. आठवणींची रील वंदे भारतच्या स्पीडनी धावत होती. नेमकं कुठल्या जागेवर थांबून काय उचलू, कुठून सुरुवात करू समजत नव्हतं. तिच्याही डोक्यात असंच काही चालू असेल का? तिला समोर बसलेली बघून मात्र फार बरं वाटत होतं. स्कूल-कॉलेजमधे बघितलेली माझी स्पृहा हीच का? बदलली तर नसेल?

ती पण काही बोलत नव्हती. कोणीतरी कुठूनतरी सुरुवात करायला हवी. मी म्हणालो, "कशी आहेस?"

"मी ठीक आहे. तू?"

"मी पण ठीक. एकदम ठीक." काही क्षण शांततेत गेले. मग मी विचारलं, "तुझा ग्रुप अजून आला नाही INFI चा?"

"अरे कोणी ग्रुप वगैरे भेटणार नाहीये नीरज."

इतक्या वर्षांनंतर तिच्या तोंडून माझं नाव ऐकून मला काय वाटलं ते मी सांगूच शकत नाही. अर्थात मी तसलं काही दाखवलं नाही. "ओह रियली? मला प्रियंका बोलली की-"

"मीच तिला तसं सांगितलं होतं." माझा चेहरा पाहून पुढे म्हणाली, "मला वाटलं की फक्त तुला भेटायची इच्छा आहे हे खरं सांगितलं तर तू आला असतास की नाही."

"ऑफकोर्स आलो असतो स्पृहा. इनफॅक्ट, हा डाव उलटाच पडला असता."

असं वाटलं शरीराने थोडी हालचाल केली तर मनाची पकड जरा ढिलावेल आणि ह्या संमोहनावस्थेतून बाहेर पडीन, "कॉफी घेशील?"

"चालेल."

कॉफी ऑर्डर केली.

छान दिसत होती. पिंक सूट, मोत्याचे कानातले, व्हाईट सँडल्स, केस मागे ओढून बांधलेले, गेले १५ वर्ष US ला राहिलेली असल्यामुळे तिचा तो कोकणस्थी गोरा रंग आणखीनच गुलाबी झालेला होता. उजव्या हाताला घड्याळ उलट्या दिशेला बांधायची सवय अजून कायम होती. घड्याळ मात्र फार कॉस्ट्ली वाटत होतं. पण माझ्या काळजाला भेदून गेलं ते तिच्या गळ्यातलं मंगळसूत्र आणि कपाळावरची टिकली. एकेकाळी डोळ्यासमोर नसून सुध्दा स्पृहा कायमची माझी होती. आणि आज डोळ्यासमोर असून सुध्दा ती कायमची दुसऱ्या कोणाची होती.

कॉफी आली. मी विचारलं, "किती वेळ आहे तुझ्याकडे?"

"का? घाई आहे?"

“नाही - तसं नाही, असंच विचारलं.”

“मला किती वेळ बघू शकतोस म्हणून विचारतोय ना?”

मी काहीच बोललो नाही. मग विषय बदलला, “मला वाटलं की तू लठ्ठ झाली असशील.”

“कॉलेजमधे होती तशी सडपातळ थोडीच दिसणार रे आता. किंचित गुबगुबीत झालीये. तू पण मेंटेन केलंयस. खेळतो अजूनही, बॅडमिंटन?”

“हो.”

परत शांतता. कॉफीत चमचा फिरवत होतो, आजूबाजूला बघत बघत मधेच स्पृहाकडे नजर टाकत होतो, थोडासा अस्वस्थ झालो होतो. स्पृहा मात्र तशी वाटत नव्हती. अगदी एकसारखी माझ्याकडे बघत होती असं नाही पण माझ्यासारखी नजर चुकवत नव्हती. ऍट वन पॉइंट ती कॉफीचं घोट घेत असताना कपवरून माझी नजर सरळ तिच्या घाऱ्या डोळ्यांना भिडली. तिने क्षणार्धाकरिता पापण्या मिटल्या आणि हातातला कप खाली ठेवला. शांतता अजूनही कायम होती. मी घड्याळ बघितलं.

“नीरज?” स्पृहाने मंद स्वरात गोड आवाज दिला.

“हम्म?” तिला माझा चेहरा पाहून कळलं असावं की त्या क्षणी तिने मला हात लावला असता तर मी कोसळलोच असतो.

“इतक्या वर्षांनी भेटतोय. काही तर बोल.”

मी काही सेकंदांनंतर मंद हास्य करून बोललो, “काही सुचत नाहीये... पण तुला आज बघून खूप बरं वाटतंय. कधी आली इंडियामधे? तुझं सासर मुंबईला आहे ना?”

“बरीच माहिती काढून ठेवलीस माझ्याबद्दल!” चिडवत होती मला.

“कसली माहिती गं. एकदा सुमीतकडून कळलं होतं. बाकी मला काहीच माहित नाही. माझ्या आधी तू लग्न केलंस हे ही कळलं होतं. सुमीत माझ्या लग्नाची पत्रिका तुला आणून देणार होता, तुझंच लग्न आधी झालं.”

"I know! किती चिडली होती ना मी तेव्हा, आठवतं?"

'आठवतं?' स्पृहाच्या ह्या एका शब्दाच्या प्रश्नात काय काय पुरलं होतं तिला कल्पना तरी होती? इतकं सहज होतं हे म्हणणं जितकं सहज ती बोलून गेली?

पुढल्या काही वाक्यांमधून जुन्या गोष्टी काल घडल्या असाव्या असं प्रत्ययाला आलं दोघांनाही. "आठवतं. सगळं आठवतं. काहीच नाही विसरलोय मी. तुझ्या प्रेमात मात्र बाकी सगळं विसरलो होतो. स्वतःला सुद्धा. तुझा तो शेवटचा फोन कॉल-"

"माझा नाही नीरज. तुझ्यामुळे तो कॉल शेवटचा झाला."

"अच्छा? तूच मला बोलली होती आता परत कुठे मिळेल मला इतकं प्रेम करणारा मुलगा."

"त्याच्या नेक्स्ट डे मी तुला पुन्हा कॉल केला होता."

"हो केला होता. आणि मग अचानक ठेवलाही होता."

"हो कारण तू काय म्हणाला - I can't take it anymore. मला पण सहन नाही झालं ते because I couldn't hurt you anymore."

परत शांतता. लहानपणीचं पहिलं प्रेम. चार वर्षांचा संबंध. १९ वर्षांचा विरह. जुन्या आठवणींना हात घातल्यावर काही काटे तर बोचणारच होते. मला एकाएकी खंत वाटली आणि मान हलवत म्हणालो, "I am sorry... मला रागवायचं नाहीये तुझ्यावर. इतक्या वर्षांनी आज दिसते आहेस आणि मी-"

"नाही - नाही, तू नको सॉरी म्हणू प्लीज..." स्पृहा हळवी होऊन म्हणाली, "बरंच आहे एका दृष्टीनी, होऊन जाऊदे हे कॉन्व्हर्सेशन. खूप वर्षांचं दडलंय आत. पहिल्या भेटीत तर हे होणारच. पुढे होईल सगळं नॉर्मल."

"पुढे नॉर्मल होईल म्हणजे? अजून भेटायचंय?"

"ऑफकोर्स नीरज. १९ वर्षांचा प्रवास. त्या आधी जे घडलं त्याची प्रश्न उत्तरं. पहिल्याच भेटीत होईल हे सगळं?" थेट माझ्या डोळ्यात बघत होती, "हां

तुला भेटायचं नसेलच तर तसं सांग." मिस्कील हास्य करून लाडात म्हणाली.

"नाही - तसं नाही, I mean - sure."

माझी जुनी प्रेयसी इतकी सुरेख समोर बसली होती. मिस्कील हास्य करून पुन्हा भेटशील ना विचारत होती. नाही कसं म्हणू शकलो असतो. डबक्यावर शेवाळं साचावं तसे शेकडो प्रश्न माझ्या मनात कित्येक वर्षांपासून साठून होते. इतकं प्रेम केलंस तर सोडून का गेलीस गं स्पृहा? हा प्रश्न जिभेच्या टोकावरून पडजिभेत ढकलत होतो मी. स्पृहा म्हणाली, "काय विचार करतोयस इतका? घाबरू नकोस नीरज, मी परत तुला त्रास द्यायला नाही आलीये तुझ्या आयुष्यात."

"तू त्रास नाही दिलास कधी स्पृहा. मीच तुला खुश नाही ठेवू शकलो."

"नीरज प्लीज असं नको म्हणू मी तुला समजून नाही घे-"

स्पृहाचं वाक्य पूर्ण व्हायच्या आत माझा मोबाइल वाजला, "हां बोल."

"निघाला का?"

"हो बस्स, पार्किंगमधे आहे. एक कॉल होता, सो लेट झाला."

"ओके. काय करू आज? कंटाळा आलाय. थालीपीठ चालेल का?"

"आ? हो हो चालेल."

"येताना मस्ती दही घेऊन ये मग. नाहीतर आल्यावर परत जायचं म्हणून चिडचिड करशील."

"दही?"

"अरे थालीपीठाबरोबर - तुलाच आवडतं ना?"

"होss... ओके. आणतो.

"बाय. लव्ह यू."

"बाय."

स्पृहाला अर्थातच कळलं कोणाचा फोन होता, तरी मी सांगितलं, "बायको."

"बोलला त्यावरूनच कळलं. मग, कधी भेटवतोय?"

काही सेकंद स्पृहाकडे बघत राहिलो. मग ब्लन्ट्‌ली म्हणालो, "कधीच नाही."

"अरे! आजही तसाच आहेस. विचारांमधे सापडतो. लपवू शकत नाहीयेस. एकदम स्ट्रेट."

आपोआपच आर्तता आली माझ्या वाक्यात, "हो आणि तू पण. आजही तशीच आहेस. तुझ्या मनात नेमकं काय चाललंय तेव्हाही पूर्णपणे कळलं नाही आणि आजही समजत नाहीये."

अगदी कॉलेजमधे असताना हसायची तशीच जोरात हसली. मला बुचकळ्यात टाकून तिचा हा हसायचा खेळ मला काही नवीन नव्हता. "जा घरी. दही घेऊन जा आठवणीनी." स्पृहा शांतपणे म्हणाली. मी चेयरला चिकटून बसलो होतो. उठून जायची इच्छाच होत नव्हती. हाच माझा प्रॉब्लेम. ती समोर असली की सगळं जग विसरायला होतं मला, आजही.

***

घरी जाताना कारमधे दुसरे कुठले विचार सुचतच नव्हते. आज स्पृहा खरंच भेटली ही हकीगत काळजात रुजेना. इतक्या वर्षांपासूनची कल्पना आज प्रत्यक्षात उतरली होती. पण मी कल्पिला होता तेवढा आनंद मला झालेला वाटत नव्हता. तिला बघितलं म्हणून खूप खुश होतो पण कुणास ठाऊक, एक अस्वस्थता होती. एक अस्थिरता होती. असं का व्हावं? घरी चाललो होतो पण मन तिच्याच जवळ कुठेतरी सोडून आलो होतो का? काही कळत नव्हतं. कदाचित एखाद्या अपेक्षित गोष्टीची काल्पनिक टेप आपण डोक्यात इतक्या वेळा फिरवून त्याचा अमूर्त आनंद लुटून घेतो की वस्तुतः तसं घडल्यावर त्या आनंदाची पूर्तता आधीच झाल्यासारखी वाटते. मेंदू कुठेतरी त्याची नोंद घडलेली आठवण म्हणून जमा करतो आणि मग प्रत्यक्षात होते ती त्याची फक्त उजळणी, नवीन अनुभव नाही. असं काहीतरी झालं असेल

का? ह्या सगळ्या विचारांमधे सबकॉन्शियसली घराच्या पार्किंगमधे कधी पोहोचलो पत्ताच लागला नाही.

स्पृहा घरी पोहोचली असेल का? ती पुण्यात कुठे राहतेय? कशी आली होती CCD ला? शी, काहीच विचारलं नाही.

लिफ्टमधून वर गेलो, घराची बेल वाजवली. आतून आवाज आला, "मम्मा! बाबा आला वाटतं!"

"हो उघड दार."

मुलीनी दार उघडलं. आत येताच बायको म्हणाली, "घरची किल्ली नेली नव्हती आज?"

"ओह होती, सॉरी. विसरलो."

"दही आणलं?"

परत तेच, "ओह सॉरी, विसरलो."

"मुद्दाम आठवण केली होती तुला. जा आता चेंज कर आणि घेऊन ये. जिमला जाऊन येतोय की करू आत्ताच थालिपीठं? खूप भूक लागलीये?"

मी सॉक्स काढत उत्तर दिलं, "नाही आज नाही जात. टाक थालीपीठ मी दही घेऊन येतो."

जेवताना बायको म्हणाली, "खूप ट्रॅफिक होतं का आज? थकलेला दिसतोय."

"हम्म".

"कॉल्स आहेत आज?"

"एक आहे दहा वाजता."

"अटेंड करावाच लागेल का?"

"हो. ऑलरेडी आज हाफ-डे झालाय ऑलमोस्ट."

"हाफ-डे?"

अचानक मनातून आवाज आला, काय बोलतोयस मूर्खा? "नाही म्हणजे आ, I mean, आज खूप टाईमपास झाला ऑफिसमधे. सो अर्धा दिवस वायाच गेला."

जेवणानंतर आवरा-आवर केली. बायको मुलीचा अभ्यास घेत होती. मी TV वर हास्यजत्रा लावून बसलो पण काही लक्ष नव्हतं. घरी असताना कधीच सुट्टा मारायची इच्छा होत नाही मला. अख्ख लॉकडाऊन न फुंकता काढलं होतं मी. पण आज. आज खालच्या पानठेल्यावर जाऊन सुट्टा मारावसं वाटत होतं. आज कुठे गेलो होतो बायकोला कळलं तर? कोणी ओळखीच्यांनी आम्हाला तिथे बघितलं तर नसेल? एखाद्या दुसऱ्या मैत्रिणीबरोबर बाहेर गेलो असतो तर हे विचारही मनात आले नसते. बायकोला सरळ सांगूनही टाकलं असतं की आज अमकी-तमकीला बाहेर भेटलो म्हणून. पण इथे स्पृहा होती. आणि कोणी बघितलं असतं तरी काय, जगाच्या दृष्टीनी ती माझी जुनी मैत्रीणच ना. उगीच चोराच्या मनात चांदणं.

"बाबूला उद्या मॉलला जायचंय." माझं लक्षच नव्हतं बायको काय म्हणाली. "नीरज?"

"आ?"

"कुठे हरवलाय? बाबूला उद्या मॉलला जायचं आहे."

"हो बाबा प्लीज." मुलीनी अर्ज टाकला.

"उद्या?" मी विचारलं.

"बाबा उद्या Saturday आहे."

"गॉड! आज फ्रायडे होता?" खरंच हरवलो होतो मी.

दहाचा कॉल घेतला. लक्ष दुसरीकडे होतं. माय गॉड. उद्या वीकेंड. म्हणजे Monday पर्यंत पुढचं काहीच कळायला मार्ग नाही. आय होप प्रियंका Monday ला ऑफिसला येईल. तिच्याच थ्रू काय ते पुढे होईल. स्पृहाचा नंबर मागायला हवा होता का?

रात्री झोपताना मनात विचार आले, स्पृहाशी अर्ध्या तासाची भेट आणि त्या आधीची चुळबुळ. दिवस कुठला आहे हे ही विसरलो होतो का मी? सगळी गुंतागुंत झाल्यासारखी वाटत होती. फक्त एकच गोष्ट चुकूनही डोळ्यापुढून हटत नव्हती ती म्हणजे आज बघितलेली स्पृहा. बाकी सगळं अंधुक होतं. विरळ होतं. निरर्थक. बेडवर व.पूं चं 'काही खरं काही खोटं' वाचायला हातात घेतलं त्यातही नेमकं असलंच काहीतरी - जुनी प्रेयसी वगैरे वगैरे. चायला. बंद करून साईड टेबलवर आपटलं आणि पालथा होऊन उशी घट्ट धरून डोकं खुपसलं त्यात. जरा गुंगी येते न येते, अचानक जणू स्पृहा जवळ येऊन कानात कुजबुजली, "पहिलीच भेट. होईल सगळं नॉर्मल." आणि खाडकन डोळे उघडले माझे. आज झोप लागणं अशक्य होतं. विचारांचा सुनामी झाला होता माझ्या आत. त्याच्या लाटा मला किती अथांग खेचून नेणार होत्या, त्याची मला ह्या क्षणाला काहीच कल्पना नव्हती.

***

आठवीत चांदोरकर सरांच्या ट्युशन क्लासेसमधे एक दिवस क्लासनंतर एक गोरी गोरीशी छान मुलगी सरांना डाउट विचारायचा म्हणून थांबली होती. मी उगीचच पुस्तकं बॅगच्या आत-बाहेर घाल, पेनचे चाळे कर, असलं काहीतरी करत तिला बघायचं म्हणून क्लासमधे बसलो होतो. थोड्यावेळानी ती निघाल्यानंतर मी लगेच बॅग उचलली. सर खेकसलेच, "कुलकर्णी! काय करतोय इतका वेळ?"

"काही नाही सर, डाउट होता म्हणून थांबलो होतो."

"डाउट? तुला?"

"झाला झाला क्लिअर सर! निघालो." असं म्हणून सटकलो.

सायकल स्टॅन्डवर पोहोचलो तेव्हा तिच्या सायकलची चेन पडली होती. निघायला उशीर झाल्यामुळे आजूबाजूला कोणीच नव्हतं. मी आत्मविश्वासाने तिच्या जवळ गेलो, "काय झालं? चेन पडली आहे? लावून देऊ का?"

"हो प्लीज."

आली कंबख्ती. सायकलची चेन कशी लावतात? थोडावेळ काहीतरी चुळबुळ प्रयत्न केला. हाताला लागलेलं ग्रीस पॅन्टला पुसत कपाळाला आलेल्या घामातही मिक्स झालं. चेन काही लागेना. ती हाताची घडी घालून उभी मला कामगिरी करताना बघत होती.

"जमतंय का तुला?" तिने विचारलं.

तेवढ्यात, गुरुकृपा. सटकन बसली. लांब श्वास टाकत एका सराईत सायकल मेकॅनिकसारखा उठून उभा राहिलो.

"थँक्स." ती म्हणाली.

"तुझं नाव काय?" मी विचारलं.

"स्पृहा. तू?"

"नीरज. कोणती स्कूल?"

"सोमलवार."

"मी मुंडले."

"ओके बाय." बाय म्हणून सायकल चालवत निघून गेली.

काही दिवसांनंतर माझ्या लक्षात येऊ लागलं की स्पृहा कुठल्यातरी बहाण्यानी ट्युशननंतर सायकल स्टॅन्डवर माझी वाट बघायला लागली. काही सांगायची गरज नव्हती, हवेतच कळत होतं काय चाललंय ते. आपोआप ट्युशनला लवकर पोहोचायला लागलो. बाकीची पोरं यायच्या आधी गप्पा करायचो. एकमेकांच्या आवडी निवडी, घरातली परिस्थिती सगळं बोलणं व्हायला लागलं, मनं जुळायला लागली. ट्युशन क्लासमधे मुली पुढे बसायच्या आणि आम्ही मुलं मागे. त्यात मी सर्वात शेवटच्या बेंचवर, अर्थातच. मुद्दाम बॅगमधून वह्या पुस्तकं काढायच्या बहाण्याने मान मागे वळवून स्पृहा माझ्यावर तिरपी नजर टाकायची. इतकं छान वाटायचं.

व्हॅलंटाईन्सडेच्या आधल्या दिवशी गुलाबाचं फूल स्टीलच्या एका डब्यात बंद करून फ्रिजमधे ठेवलं होतं. खूप मोठी रिस्क होती ही. आईच्या हाताला लागलं असतं तर देव जाणे काय कहाणी रचली असती. पण स्पृहाला फूल द्यायची इच्छा आईची डाट खाण्यापेक्षा कितीतरी पटीनी प्रबळ होती. बॅगमधे ते फूल नीट घुसवता नाही आलं. चिमटलं बिचारं. पण विश तर करणारच होतो.

मी ट्युशनला पोहोचलो तर स्पृहा ऑलरेडी आलेली होती. फूल असतं तर वेगळीच मजा आली असती, "हॅपी व्हॅलंटाईन्स डे!" स्पृहाला विश केलं.

"थॅंक यु." म्हणाली. पण मला विश नाही केलं तिने. मी नव्हतो का तिचा व्हॅलंटाईन?

तिने कसलीतरी चिट्ठी आणली होती माझ्यासाठी. बॅगमधे शोधत होती. नेमकं तेव्हा काही मुलं यायला लागली तर आम्हाला क्लासमधे जावं लागलं. आज मागे वळून बघतही नव्हती. काय झालं हिला? कधी एकदाचा क्लास संपतो आणि स्पृहा भेटते असं झालं मला. क्लासनंतर डाउट विचारायला थांबली पुन्हा. मी बाहेर सायकल स्टॅण्डवर तिची वाट बघत होतो. आली.

"काय झालं तुला?" मी विचारलं.

"अरे मुद्दाम थांबली होती डाउट म्हणून. हे घे." एक चिट्ठी दिली मला जी मघा बॅगमधे शोधत होती.

मी चिट्ठी उघडली, "थँक यु!"

खूप खुशीने घरी आलो. स्पृहाने मस्त व्हॅलंटाईन गिफ्ट दिलं होतं – घरचा टेलीफोन नंबर.

"मी गुलाबाचं फूल आणलं होतं तुझ्यासाठी व्हॅलंटाईन्सडेला." स्पृहाला फोनवर सांगितलं.

"अरे मग? कोणाला दिलं?"

"ए काहीतरी काय. चिमलं ते बॅगमधेच."

"आईगं. देऊन द्यायचं तरी काय झालं."

"नेक्स्ट टाइम. नीट ठेवीन. होळीला घरी येऊ का?"

"नको!"

"कोण ओळखणारेय मला? नंतरही कळणार नाही कोण आलं होतं."

"म्हणूनच सांगतेय. पहिल्यांदा माझ्या घरी येशील तेव्हा छान दिसायला हवा ना, जसा आहेस तसा."

"तुला मागायला येईन तेव्हा का?"

हसली, "हो पण मला फार लाजता वगैरे येत नाही बरं."

काही महिन्यांत गोष्टी कशा जुळत गेल्या, काय कुठे सापडलं, कशी ती जवळ येत गेली, कसा मी प्रेमात पडायला लागलो, पुढे सगळं कसं जमलं, काही लक्षातच आलं नाही. बस्स, जमून गेलं सगळं.

"एक गंमत सांगू, ज्या दिवशी पहिल्यांदा तुझ्या घरात पाऊल टाकलं होतं ना, असं वाटलं हेच माझं सासर." स्पृहा माझा हात तिच्या हातात घेऊन खांद्यावर डोकं टेकवून होती.

"खरंच का गं?" मी इंनोसेन्ट्ली विचारलं.

"नाही! खोटं!"

"अगं!"

"खरंच ना नीरज असं काय विचारतो?"

मार्च १९९८ ची दुपार. नागपूरच्या रणरणत्या उन्हात देखील बिल्डिंगवरच्या टाकीखालच्या सावलीत स्पृहाचं गोड बोलणं जणू थंड वाऱ्याची झुळूक. स्कूलची खाकी ट्युनिक, केस मागे ओढून बांधलेले त्याला पांढरा बो, काकडीसारख्या बारीक गोऱ्या मनगटावर बांधलेलं टायटनचं सुबक घड्याळ आणि कोवळ्या वयाची निरागसता. आमच्या स्कूलला आत्ता कुठे आठवीत डार्क नीळी फुलपॅन्ट होती युनिफॉर्मला. जरा मोठं झाल्यासारखं वाटायला लागलं होतं. असं वाटलं तिची गोड पापीच घेऊ गालावर. मनात ठेवलं नाही, सरळ विचारलं, "तुझी पप्पी घेऊ का?"

भडकलीच. ताडकन हात झटकून काढून घेतला, "काय?"

ही रिॲक्शन तर मला अपेक्षितच नव्हती. असं वाटलं की आईला सांगतोय की माझी एक गर्लफ्रेंड आहे. तरी मी मान पुढे करून तिच्या गालाजवळ पोहोचलो. चेहरा मागे खेचला आणि बरसलीच, "नीरज! पागल झाला आहे का तू? मी अशी तशी मुलगी वाटली का?" आणि उठून सरळ टेरेसच्या दारावर पोहोचली.

"अगं स्पृहा!" मी तिच्या पाठोपाठ गेलो.

"बोलू नको तू माझ्याशी." ओरडून सरसर पायऱ्या उतरायला लागली. मी धावत जिन्याच्या कडेला हात ठेवून खाली ओरडलो, "स्पृहा! स्पृहा तुझी बॅग!" एकदम थबकली. मी पटापट एक जिना उतरलो, तिची स्कूल बॅग

माझ्या हातात होती. माझ्याकडे न बघता बॅग हिसकावून घेतली आणि निघून गेली.

आता ही स्कूलला गेली की घरी चालली गेली काही कळायला मार्ग नव्हता. मी नाही गेलो स्कूलला. घरीच बसून होतो. स्पृहा माझी गर्लफ्रेंड आहे, इतकं काय चुकीचं मागितलं कळलंच नाही मला तर. आईने घरच्या टेलीफोनला कसलंतरी कॉलिंग लॉक बसवलं होतं. आलेला फोन फक्त उचलता यायचा पण बाहेर कॉल करता येत नसे. असली काहीतरी निर्दयी अरेंजमेंट होती. फ्रीजवरील कवरच्या साईड पॉकेटमधून चिल्लर उचलली, सायकल काढली आणि PCO वर गेलो. स्पृहाच्या घरचा नंबर लावला. तिच्या ताईने उचलला असावा. काही बोललोच नाही. ब्लँक कॉल. मग थोड्यावेळानी परत एक रिंग दिली. दिवसभर वाट बघत बसलो, तिचा कॉल नाही, रिंग नाही, ब्लँक कॉल पण नाही.

रविवारी किंवा शाळेला सुट्टी असताना आणि उन्हाळ्याच्या सुट्यांमधे एकमेकांना ब्लँक कॉल म्हणजे मला तुझी खूप आठवण येते आहे, हा संकेत होता. मग कधीकधी त्यानंतर मी कोथिंबीर, मिरची, किराणा सामान असलं काहीतरी आईला वाटणारं उच्चकोटीचं कर्तव्य कर्माचं बहाणं करून बाहेर पडून स्पृहाला कॉल करायचो. त्यातही वेळेचं तारतम्य जमलं तरच बोलणं व्हायचं. अत्यंत प्रिय असणाऱ्या उन्हाळ्याच्या सुट्ट्या जीवघेण्या झाल्या होत्या.

पुढले तीन-चार दिवस ट्युशनमधे बोलणं तर दूर स्पृहा मला ओळख सुद्धा दाखवत नव्हती. मग मी दोन पानाचं सॉरीचं पत्र लिहिलं. जरा लवकर निघून तिच्या सायकलच्या कॅरियरला चेपून दिलं. घरी गेल्यावर वाचलं असावं तिने कारण त्याच्या नेक्स्ट डे घरी जाताना सायकल स्टॅन्डवर माझी वाट बघत होती. मला जरा हायसं वाटलं. मी सायकल काढून तिच्या जवळ गेलो, हिरोसारखा एक पाय खाली टेकवून म्हंटलं, "सॉरी ना स्पृहा, इतकी काय चिडली यार."

मख्खपणे एकच वाक्य बोलली फक्त, "लग्नापर्यंत काहीही मिळणार नाही लक्षात ठेव."

"ओके... नाही करणार पुन्हा असं कधी बस?"

नववीच्या फायनल एक्झाममधे आईला एकच गोष्ट मागितली - ह्या खेपेला ८५ टक्के मिळाले तर फोनचं लॉक काढून दे, मला मित्रांना कॉल करायचे असतात. मोटीवेशन इतकं जबरदस्त होतं, ८५ काय ९० टक्के मिळवले. सुट्टीत स्पृहाला कॉल केला.

"अरे इतक्या उन्हात का निघतोस बाहेर."

"आता PCO नाही. घरून कॉल करायची सोय कमावली!"

खूप खुश झाली. घरचे पण अति आनंदात होते. त्यांना वाटलं मॅट्रिकला मेरिटमधे येतो. त्यासाठी काही खास मोटीवेशन नव्हतं हे त्यांना काय माहित. ७५ वर सेटल झालो तर विलक्षण दुःख झालं सगळ्यांना. मात्र स्पृहा खुश होती. परीक्षेतले मार्क्स वगैरे असल्या क्षुद्र गोष्टींना महत्व देणं आपल्या फिलॉसॉफीमधे नव्हतंच कधी.

पुढे दोघांनी पॉली करायचं ठरवलं पण दुर्दैवाने कॉलेज वेगळे मिळाले. पण भेटी सोप्या व्हायला लागल्या. स्पृहाला स्कूटी मिळाली होती आणि मी दूरच्या एका मोठ्या भावाची लुना चालवायचो. हॉर्न वाजवला की तेवढ्या वेळाकरिता त्याचा हेडलाईट बंद व्हायचा. मग हॉर्नवर दाबलेलं बोट सोडलं की पुढे बघायचं डिम लाईटमधे अडथळा सरकलाय की नाही ते. त्या हॉर्नचा आवाज माझ्या कानापर्यंत देखील कधी धड पोहोचला नाही.

ह्या वेळेला फार नवीन नवीन गोष्टी घरोघरी ऐकायला येऊ लागल्या होत्या - इंटरनेट, इमेल्स, मोबाइल फोन. मोबाइल फोन. ही भानगड फारच कामाची वाटली. स्पृहाला उठसूट कधीही कॉल करता येईल! ह्यासारखं दुसरं इन्व्हेंशन नाही! पॉलीटेकनिक फर्स्ट इयरला असताना परत वर्गात पहिला नंबर आणून इंग्लंडच्या एका काकांचा जुना मोबाइल जिंकून घेतला. पण त्या वेळेला १६ रुपयांचा एक कॉल! शिवाय इनकमिंगचे पैसे वेगळे. ते कुठून आणायचे? सगळ्या ट्युशन क्लासेसची फी ५०० ते १००० रुपयांनी आचानक वाढली.

पॉलीटेकनिक फर्स्ट इयरच्या फायनलमधे स्पृहाला एक्झाम सेंटर माझं कॉलेज मिळालं होतं. भयंकर खुश होतो. दर पेपरला आमची भेट व्हायची. मला आठवतं शेवटच्या पेपरला क्लासमधे स्पृहाची वाट बघत होतो. पेपर

सुरु व्हायला आता फक्त पाच मिनिटं उरली होती आणि अजूनही स्पृहा आलेली नव्हती. मी फार अस्वस्थ झालो. सुमीतला म्हंटलं, "तू सर को संभाल मैं उसके रास्ते होकर आता हूँ."

झुप्पकन क्लासमधून वटकलो, लुना काढली आणि स्पृहाच्या घराकडे निघालो. रस्त्यात दिसली - तिची गाडी बंद पडली होती. खूप घाबरलेली होती. "नीरज! गेली एक्झाम यार शिट!"

"नाही नाही लोड नको घेऊ! तू माझी लुना घेऊन जा मी बघतो स्कूटीचं."

"अरे पण तुझा पेपर?"

"ते मी बघीन तू पळ आधी लुना घेऊन!"

ऐकतच नव्हती. मला म्हणाली, "अरे वेड्या दोघंही जाऊ ना लुनावर!"

"अगं तुला काय वाटतं मला नाही सुचलं का हे?" ती लुना कशीबशी मला खेचून कॉलेजला पोहोचेपर्यंत मरायला टेकलेली असायची. त्या लुनाची मागची सीट माझ्या कॉलेजची बॅग ठेवायच्या लायकीची पण नव्हती. तरी आम्ही ट्राय केलं, लुना पुढेच जाईना. ह्या सगळ्या गडबडीत अर्धा तास वाया गेला. शेवटी स्पृहाला म्हंटलं तू जा खरंच प्लीज.

मी भर दुपारी स्पृहाची स्कूटी ढकलत जवळच्या एका दुकानात नेऊन ठेवली. थोड्यावेळानी कॉलेजमधे कॉल केला मोबाइलनी. "सुमीत के घर से बोल रहे हैं, उसकी दादी गिर गयी हैं. उसको बुला दो."

क्लासमधे अनाऊन्स झालं असेल तेव्हा सुमीतचा चेहरा बघण्यासारखा असावा.

"हॅलो कौन?"

"अबे मैं बोल रहा नीरज."

"***च्या कुठे आहे तू? स्पृहा तर आली पण केव्हाच!"

"अबे म्हणूनच मी नाही येऊ शकलो. कांड झालं यार."

त्याला सगळं सांगितलं. पेपर होता त्या अवस्थेत सबमिट करून लगेच मला घ्यायला आला.

त्या पेपरचे मला १०० मार्क्स मिळाले ते असे - स्पृहाला इतकं वाईट वाटलं नंतर की तिच्यामुळे माझा पेपर हुकला. तिच्या एका मैत्रिणीकडे आम्ही एकांतात भेटलो तेव्हा तिने मला न मागता डायरेक्ट ओठांवर किस्स दिली! इतकं गोड सरप्राईझ! "स्पृहा काय करते आहे!"

"सॉरी. इतकं प्रेम करतो का रे माझ्यावर."

"हो मग. का तू नाही करत का."

"ऑफकोर्स करते. तुझ्या इतकं नाही. तू जास्त करतो."

ATKT लागली तेव्हा घरचे खूप बरसले. मी तो पेपर पुढे विंटरमधे काढला.

स्पृहासाठी काहीही करायला तयार होतो.

काही वर्षांत गोष्टी कशा बिनसत गेल्या, काय कुठे निसटलं, मित्र मंडळीमुळे स्पृहाकडे कधी दुर्लक्ष करायला लागलो, कशा माझ्या चुका होत गेल्या, तिला पुढे काय झालं, काही लक्षातच आलं नाही. बस्स, तुटून गेलं सगळं.

***

Monday ला ऑफिसमधे गेलो तेव्हा प्रियंका आलेली दिसली. बॅग ठेवली आणि तिच्या डेस्कवर गेलो. "कशी आहेस आता? ठीकेय तब्येत?"

"Hi! हो. ठीक आता. वीकेंडला रेस्ट झाली." मंद हसत आणि भुवया उडवीत प्रियंका पुढे म्हणाली, " 'तू काय म्हणतोस?"

"ठीक."

"ठीक? फक्त ठीक?"

"कॉफी?"

"एक मिनिट, हा मेल टाकून आलेच, तू हो पुढे."

"ओके."

मी माझ्या डेस्कवर गेलो. लॉगिन केलं. ब्रेकआऊटला गेलो. कॉफीचे दोन मग तयार केले, प्रियंका एक्साईटेडली पाऊलं टाकत आली, "सांग सगळं लवकर. I can't wait!"

तिला कळलं माझा चेहरा बघून की मी तिच्या एवढा एक्साईटेड नव्हतो. "हम्म. झाली भेट." इतकं म्हणून गप्पं बसलो.

"बस्स? इतकं सगळं जमवून आणलं आम्ही दोघींनी तुझ्यासाठी. And that's all you have to say?"

"प्रियंका... I can't thank you enough."

"You don't have to. पण काय झालं ते तर सांग?"

"तुला स्पृहा काही नाही बोलली?"

"नाही. आमचं काही बोलणं नाही झालं." प्रियंका आता कनसर्न्ड वाटली, "काय झालं असं? इतका नर्व्हस का दिसतोयस? I really hope all is well between you both."

"हो - तसं सगळं ठीक आहे... मीच थोडासा बावरलोय."

"आह, then it's ok... आत्ताच बया काsss... बावरला?" एकदम रिलॅक्स झाली प्रियंका. हसून हे सैराटचं गाणं बीणं म्हणायला लागली.

फायनली हसू फुटलं मला, "इतकी छान दिसते गं स्पृहा अजूनही. तोच तिचा खेळकर स्वभाव, मिस्कील हसणं..."

"ओ होsss look at you! कसला ब्लश करतोयस! इतकं गोड हसताना तर मी तुला कधीच नाही बघितलंय! ओव्हरऑल भेट कशी होती? खूप छान वाटलं असेल ना तुम्हाला दोघांना एकमेकांना बघून इतक्या वर्षांनी."

"हो. मी नंतर थोडा गांगरलो होतो. आणि घरी गेल्यावर तर बारा वाजले माझे."

"कमॉन यार नीरज. तेवढं तर होणारच."

"हम्म. जाताना बोलली की अजून भेटूया."

"मज्जा आहे बुवा एका मुलाची! I mean, माणसाची."

"ए प्लीज..."

"काय? मज्जा म्हणून प्लीज की माणूस?"

कॉफीचे काही घोट घेतले मग म्हणालो, "तिचा नंबर मागायला विसरलो. ती पुण्यात सध्या कुठे राहाते, किती दिवस इंडियामधे आहे काय, काहीच विचारलं नाही."

"अरे अरे रिलॅक्स! भेटेल बोलली ना अजून. चला, मलाच खूप छान वाटतंय. एन्जॉय करून घे ह्या भेटी. आणि नंबर हवाय तर मी देते ना."

"नाही नाही नको. तिलाच मागीन थेट."

प्रियंकाने होकारार्थी मान हलवली. मग म्हणाली, "You know what - मला तुम्हाला दोघांना सोबत बघायचंय!"

"Sure. आपण तिघं भेटूया ना."

"Wait wait not just yet. आधी तुम्ही भेटून घ्या हवं तितकं. तसंही ती US ला जायच्या आधी भेट होईलच ना आमची. तेव्हा बघूया. सध्या मी कशाला तुमच्या मध्ये - कबाब में हड्डी."

"ए तू काही हड्डी बिड्डी नाहीये हां. इनफॅक्ट, तुझ्याचमुळे जमतंय हे सगळं."

"Awww... सो स्वीट."

प्रियंका तर अशी उडत होती जसं तिच्या मोठ्या भावाचं लग्न ठरलंय आणि कधी एकदा वहिनीला भेटते. हळूहळू माझा मूड ठीक होत होता. पुढल्या भेटीची चाहूल मनामधे होती. Friday पेक्षा आज परिस्थिती बेटर होती माझी. सतत स्पृहा डोळ्यासमोर होतीच पण आज भोवतालचं भान होतं मला.

कामात गुंतलो होतो. Any other busy Monday सारखा दिवस सरत होता.

तीन वाजता प्रियंकाचा Skype वर पिंग, "Hi"

"Hi"

"स्पृहाचा WhatsApp आलाय."

"काय म्हणते आहे."

"आज पाच वाजता सेम प्लेस."

"रोज लवकर कसा निघू. तिला विचारते का प्लीज सातला जमेल का?"

"विचारते थांब..."

१५-२० सेकंदांचा गॅप. मग, प्रियंका टायपिंग... आजचा हा पॉझ बराच सुसह्य होता.

"जमेल."

"ओके थँक्स."

चार वाजता सगळी टीम चहा प्यायला गेलो. बऱ्यापैकी नॉर्मल होतो मी आता.

"क्या बात हैं सर, आज बड़े खुश दिख रहे हो?" सतीश. विनाकारण.

मी काहीच बोललो नाही. प्रियंका माझ्याकडे बघत होती. चहाचा घोट घेतला आणि मग सतीशला म्हणालो, "तू कैसा हैं आज?"

"मैं मस्त हूँ सर."

"इसीलिए तुझे तेरी आसपास की दुनिया अच्छी लग रही."

"क्या बात सर, राईटर हो आप." पुन्हा. टिपिकल सतीश कमेंट.

प्रियंकाला जोरात हसू आलं.

परत कामात गुंतलो सगळे. नेमकं सातच्या कॉलचं इन्व्हाईट आलं आऊटलूकवर. "अरे यार!" मी जोरात म्हणालो निषेधात्मक.

"क्या हो गया सर?" सतीश.

"अरे सिक्स-थर्टी निकलना था यार मेरेको. जॉन ने कुछ तो कॉल डाल दिया है."

"अरे मैं भी हूँ सर उसमें देख लूंगा, आप निकल लो टेन्शन मत लो."

"पक्का?"

"अरे बस क्या सर. आपके लिये इतना नहीं कर सकते?"

"थँक्स रे."

"बस क्या सर."

इथे मला टिपिकल सतीश डायलॉग सुचला, अगर किसी चीज़ को शिद्दत से चाहो...

मी सात-ला-पाच कमी असताना CCD ला पोहोचलो. बाहेरचा कोपऱ्यातला टेबल निवडला. वाट बघत होतो. थोड्यावेळानंतर सुट्टा सुलगावला. सव्वासातला स्पृहा आली. आज डार्क ग्रे जीन्स आणि व्हाईट टॉप. तिला वेगवेगळ्या ड्रेसेसमधे बघायची माझी हाऊस पूर्ण होत होती. सुट्टा ॲश-ट्रे मध्ये स्टफ केला आणि उभा राहून तिला Hi केलं. आज एक वेगळाच आनंद माझ्या चेहऱ्यावर होता.

"Hi. सॉरी... लेट झाला."

"Not at all. मी मुद्दाम सातची वेळ सुचवली. पाचला निघणं कठीण झालं असतं."

"हो हो. नो प्रॉब्लेम. तुझं ऑफिस आणि काम वगैरे बघ. मी निवांत आहे म्हणून काय झालं."

आज अगदी फ्रीली बोलत होतो मी, "छान दिसतेयेस."

"थँक्स."

आज आम्ही दोघंही नजर न चुकवता एकमेकांकडे बघत होतो. "बोल ना." मी म्हंटलं.

"तू सिगरेट पितो?"

"कधीकधी."

"आणि दारू?"

"कधीकधी."

"तुला आठवतं एकदा तू मला कॉल करून मोठ्या हौसेने सांगितलं होतं आज दारू प्यायला म्हणून."

"हो आणि मग इतकं झापलं होतं तू मला."

"अरे नववीत होतो तेव्हा आपण नीरज - नववीत! घाबरली होती मी खूप. असं वाटलं व्यसनी नवरा होणार का हा पुढे जाऊन? कसा संसार करीन मी ह्या दारुड्यासोबत!"

खूप हसलो आम्ही दोघंही. "I can understand. आणि हो, आय ऍग्री नववी was perhaps too early for that time. तू त्या दिवशी मला प्रॉमिस करायला लावलं होतं की पुन्हा पीणार नाही."

"हो तर मग!"

"त्यानंतर नाही प्यायलो मी. कॉलेज पर्यंत."

"नशीब दोन वर्ष तरी पाळला प्रॉमिस... पण एक मिनिट, कॉलेजमधे असताना प्यायचास?"

पकडला गेलो. जीभ बाहेर काढली. "कधीकधी."

"तेव्हाची गोष्ट वेगळी होती ना पण. आता सगळं स्वरुपच बदललंय ह्या गोष्टींचं. तेव्हा फेसबुक नाही, WhatsApp नाही, मोबाइल नाही. Morse Code सारखं घरच्या लँडलाईनवर एक रिंग म्हणजे हे, दोन म्हणजे ते, ब्लँक कॉल्स."

"हो, आणि त्यात कॉम्पलीकेशन म्हणजे तुझ्या ताईचा आवाज. एक्झॅक्ट्ली तुझ्यासारखा."

"I know!"

"हसतेस काय? एकदा तूच समजून बोललो होतो मी तिच्याशी, 'काय करतेय क्यूटी.' आणि ती तिकडनं ओरडते, 'काय? कोण आहे?' धाडकन फोन ठेवला होता मी. अशी फाटली होती ना माझी. म्हंटलं नंतर कधी तू सांगशील तिला की नीरज होता तर म्हणेल, कसल्या लफंटू पोराशी लग्न करतेय आपली लहान बहीण!"

मी हे सांगत असताना पूर्णवेळ हसत होती. म्हणाली, "आता ती मजाच गेली ना पण. आजकालच्या पोरांचं काय, आठवण आली की केला विडिओ कॉल."

"सिरियसली."

"सगळं स्वरुपच बदललंय."

"हो ना." मी म्हणालो, "आपल्या प्रेमाचं पण."

थोडी सिरीयस झाली, "नीरज..."

"ओके ओके. सॉरी. नो मोर सेंटी."

माझा मोबाइल वाजला, "हां सतीश?"

"अरे सर ये आपकी टीम का हेडकाऊन्ट शीट से मॅच नहीं हो रहा क्या? जॉन पूछ रहा."

"दो पाईपलाईन में हैं. ड्रॉप-आऊट नहीं हुए तो होगा."

"ओक्के सर, बोलता वैसा."

फोन कट केला. स्पृहा म्हणाली, "मला वाटलं बायको पुन्हा."

"नाही. तिला सांगितलं आज नऊ वाजतील."

"मला नऊ पर्यंत वेळ नाही पण."

"That's ok. मला ट्रॅफिक लागेलच. आठ-ला निघालो तरी नऊ वाजतील."

"तू मॅनेजर आहेस?"

"हो."

"मी अजूनही टीम मेंबर."

"अगं बरंय. कटकट सतत पीपल मॅनेजमेन्ट म्हणजे."

मी जरा इकडे तिकडे बघितलं मग म्हणालो, "तो वेटर आता बघायला लागलाय इकडे. करायचं का काही ऑर्डर?"

"सोड ना. इतकी आवडते का तुला कॉफी?"

"नाही. तू आवडते म्हणून येतो."

हसली स्पृहा. "तू कुठे राहतो?"

"वाकडला. Hey एक मिनिट! तू पुण्यात कुठे राहतेय सध्या? आणि इथून वर्क फ्रॉम होम करतेय?"

"सबॅटिकल घेतलाय एक वर्ष."

"एक वर्ष? Wow यार! आणि घर?"

"आम्ही लास्ट इयर प्रभात रोडला 2 BHK घेतला होता. तिथेच राहतोय सध्या."

थोड्यावेळासाठी विसरलोच होतो की स्पृहा कोणाचीतरी बायको आहे. तिच्या नवऱ्याबद्दल मला काहीच माहित नव्हतं. आणि माझ्या बायको बद्दल स्पृहाने किती माहिती काढली होती डोन्ट नो. माझं आत्ता लक्ष गेलं की स्पृहाने आज तिचं मंगळसूत्र टॉपच्या आत घातलेलं होतं. आणि जीन्स होती म्हणून कदाचित टिकली नसेल लावली. पण प्रभात रोडला 2 BHK? माझ्यापेक्षा तर नक्कीच तिचा नवरा श्रीमंत होता. पैश्यानी श्रीमंती मोजणारा माणूस मी कधीच नव्हतो. पण तिचा नवरा माझ्यापेक्षा कितीतरी पटीनी खरंच श्रीमंत होता. का नसावा, स्पृहा होती त्याच्याकडे.

"काय झालं?" स्पृहा म्हणाली, "अचानक शांत का झालास?"

घशातली खरखर दूर केली आणि म्हणालो, "US वाले इथे फ्लॅट्स घेऊन ठेवतात. राहायला सहसा येत नाहीत."

"आम्हाला येणं भाग होतं."

"म्हणजे?"

"सांगीन नंतर."

स्पृहाचा मोबाइल वाजला, "हां... ओके. नाही बस निघतेच आहे. हो एका जुन्या मित्राला भेटायला आली होती. नाही तू ऑर्डर करून दे. ओके. बाय."

स्पृहाने फोन कट केला, पर्समधे ठेवला. "निघतेयेस?" मी विचारलं.

"हम्म."

"नाराज नको होऊस. भेटशील ना पुन्हा."

"हो."

"उद्या?"

"उद्याचं कठीण आहे. ॲक्चुली, उद्या नाहीच जमणार."

"ओके. काही हरकत नाही." निघायला लागेल म्हणून आम्हा दोघांचेही चेहरे उतरले. पण आज मला स्पृहा जास्त नाराज वाटली. "ऐक ना," मी म्हंटलं, "उशीर नको करू. निघ तू. प्रियंकाच्या थ्रू कळव, ओके?"

"मला वाटतं... प्रियंकाला नको सारखा त्रास द्यायला."

"त्रास? प्रियंका माझी खूप विश्वासाची आणि चांगली मैत्रीण आहे स्पृहा."

"अरे होsss ती माझी पण चांगली फ्रेंड आहे पण कशाला सारखं तिच्या थ्रू. आणि कधी मिसकम्युनिकेशन झालं तर? आपल्याला एकमेकांचे मेसेजेस वेळेवर नाही मिळालेत तर? मागे असंच झालं होतं ना - धडा शिकलो आपण. मला पुन्हा रिस्क नाही घ्यायचीये."

"हम्म. मग? नंबर्स एक्सचेंज करायचे?"

"दुसरा काय पर्याय?"

मी उजवा हात माझ्या चेहऱ्यावरून गळ्यापर्यंत फिरवला. मग मान खाली करत डोक्यावरून फिरवला आणि म्हंटलं, "थोडं रिस्की नाही का नंबर्स फोनमधे ठेवणं?"

स्पृहाने क्षणभर विचार केला आणि म्हणाली, "काही नाही होणार. आपण करू बरोबर मॅनेज सगळं."

नंबर्स आम्ही डायल नाही केले, एकमेकांना सांगून सेव्ह केले. तिच्याच नावानी नंबर सेव्ह करायची इच्छा मी मनातच पुरवली. कोणत्या नावांनी नंबर्स सेव्ह केले आम्ही दोघांनीही एकमेकांना विचारलं नाही.

भेटी वाढायला लागल्या. रोज ऑफिसनंतर अर्धा तास कल्याणीनगर CCD मधे त्याच टेबलवर आम्हाला तिथला स्टाफ ओळखू लागला. एकमेकांना परत जाणून घेत होतो. एकोणवीस-वीस वर्षांच्या गॅपनंतर मी आयुष्यात कदाचित कधीच कोणालाच भेटलो नव्हतो. आणि इतका जवळचा तर मुळीच नाही. इतक्या वर्षांनंतर व्यक्ती बदलते म्हणतात - सवयी बदलू शकतात, बोलण्या चालण्याची ढब बदलू शकते पण स्वभाव? आणि प्रेम? ते बदलत नाहीच आणि शिवाय आठवणी.

"मला नव्हतं वाटलं तुला त्याच्यातून निघायला इतकी वर्ष लागतील आणि इतका त्रास होईल." स्पृहा म्हणाली.

"जाऊदे गं आता ते सगळं. वीस वर्ष झाली स्पृहा. मी मोठा झालो तू पण मोठी झाली."

"मला तर तोच आठवतो ना."

"माझ्याकडे पण तुझी शेवटची आठवण तीच आहे ना. मग काय मी पण हे अझ्युम करू की तू अजूनही मला सोडून गेली होती तशीच आहेस? तुला पण काही गोष्टी समजल्या, तुझ्यात पण बदल झाला."

"ते तर आहे."

"आणि तुला नाही वाटत - त्या जुन्या कटू आठवणी मनात घेऊन जगण्यापेक्षा त्या पुसून त्यावर नवीन सुंदर आठवणी बनवू शकतो? सुदैवानी ही संधी आयुष्यात आपल्याला मिळाली आहे. सगळ्यांना हा चान्स मिळत नाही स्पृहा."

रोज आमच्या अशा गप्पा चालल्या होत्या. वेळ मात्र पुरत नसे. अधेमधे जाणवत होतं की जुन्या आठवणीतले दुखावणारे प्रसंग आले की आम्ही दोघंही विषय बदलत होतो. पण एक दिवस सगळी रंजिशच आठवत होती.

स्पृहा म्हणाली, "तू तर असा म्हणतोय की सगळ्या आठवणी वाईटच आहेत. छान दिवस पण होते."

"होते ना. पण काय, एंडिंग हॅपी न झाल्यामुळे कदाचित..."

"एंडिंग झालंय कुठे?"

***

काही ना काही कारणांमुळे दोन-तीन दिवस स्पृहा आणि माझी भेट झाली नाही. कधी मला ऑफिसचं काम फार होतं तर कधी स्पृहा फ्री नव्हती. रात्री १२ ला स्पृहाचा WhatsApp आला, " . "

मलाही तिची आठवण येत होती. मी रिप्लाय केला, "चॅट करू शकतो. बोल."

"उद्या निघाला की कारमधून फोन करशील का?"

"हो."

बराच वेळ तिच्या WhatsApp चॅटकडेच बघत होतो. ऑनलाईन दिसत होती. "झोप स्पृहा..." मी मेसेज केला.

"हम्म." तिचा रिप्लाय आला मग दिसलं - लास्ट सीन १२:०८

स्पृहासोबतच्या भेटी आवडायला लागल्या होत्या. तिच्याबरोबर असताना खूप छान वाटायला लागलं होतं. अगदी स्कूल डेज सारखं. घरी मन लागत नव्हतं, ऑफिसमधे लागत नव्हतं. काम भरपूर होतं पण माझं लक्ष कमी होत चाललेलं होतं. कामात चुका होत होत्या. तिच्याशिवाय कशातच मजा येत नव्हती. तिचीही तीच अवस्था.

दुसऱ्या दिवशी घरून निघाल्या निघाल्या फोन लावला. "Hi"

"Hi. निघाला?"

"हो जस्ट."

"किती दिवस झाले भेटलो नाहीये."

"तीनच दिवस झाले आहेत स्पृहा. असं कसं चालेल? आज तुला तुझा संसार आहे, मला माझा."

"म्हणून काय आपण भेटू शकत नाही का?"

"असं कुठे म्हणतोय?"

जुने विषय खूप होते बोलायला आणि वेळ कमी. उर्वरित आयुष्याकरिता वेळ पुरेसा होता पण विषय? आठवणीच साजरा करू शकत होतो, करतही

होतो. पण ह्याचं पुढे काय होणार होतं? सबॅटिकल संपला की स्पृहा US ला परत जाणार. माझ्या आयुष्यात पुन्हा एक पोकळी निर्माण करून.

पुढले दोन दिवस हेच चाललं होतं. घरून आणि ऑफिसातून निघालो की स्पृहाशी फोनवर गप्पा मारायचो. फक्त ऑफिसला जायची आणि ऑफिसातून निघायची वाट बघायचो. त्याच्या मधला वेळ व्यर्थ वाटत होता. मधे एक-दोन वेळा तिच्याशी बोलायच्या नादात मीटिंग्स विसरलो चक्क. कार्तिक एक दिवस म्हणाला, "किधर है बॉस तू?"

त्या संध्याकाळी घरी जाताना ठरवलं की स्पृहाला सांगतो माझी काय हालत आहे.

"स्पृहा ऐक ना, ऑफिसमधे असताना बोलणं कठीण होतंय. खूप काम आहे आणि..."

"हो I am sorry. तू लक्ष दे कामात. आणि घरीही." स्पृहाचा आवाज फार केविलवाणा वाटत होता.

That's it. मला अजून राहावलं नाही. इम्पल्सिव्हली म्हणालो, "स्पृहा तुला खूप बघावंसं वाटतंय. Monday ला उशीरा जाईन ऑफिसला. सकाळी भेटूया अकराला, तिथेच."

***

CCD च्या बाहेर उभी होती. मी तिच्या जवळ गेलो, "Hi स्पृहा! अशी बाहेर का उभी? आत जागा नाही आज?"

"मी चेक नाही केलं. थोडी बोर झाली ही जागा आता. दुसरीकडे जायचं का?"

"हो चालेल ना. कुठे जायचं?"

"तुझी सिटी. तू सुचव."

मी फोन काढला गूगल करायला. स्पृहा म्हणाली, "इथे Starbucks आहे?"

"US वाली मॅडम," मी म्हंटलं, "इंडियामधे सगळं आहे आता."

"अरे बाबा... इथे आसपास कुठे आहे का असं म्हणतेय."

"Oh. I see. आहे येस. तू थांब इथेच मी कार आणतो."

आम्ही फिनिक्सला गेलो. पार्किंगमधून लिफ्टनी वर आलो आणि लिफ्टचं दार उघडल्याबरोबर गर्दी दिसताच स्पृहा किंचित बिचकली आणि मी बाहेर पाऊल टाकणार तेवढ्यात तिने माझा हात धरला.

"काय झालं?" मी विचारलं.

स्पृहा म्हणाली, "इथे खूप जास्त लोकं आहेत."

"हो, म्हणजे? मॉल आहे हा... टर्किश बाथ नाही."

"अरे गंमत काय करतो? इथे कोणी बघितलं तर?"

"बघू दे. कोणी भेटलं ओळखीचं तर सांगीन जुनी मैत्रीण आहे म्हणून." माझा कॉन्फिडन्स बघून स्पृहा चाटच पडली. मी लिफ्टचं दार रोखून ठेवलं होतं त्याचा अलार्म वाजायला लागला. तिने जरा डगमगत पाऊल पुढे टाकलं आणि आम्ही मॉलमधे शिरलो. मी हसून म्हणालो, "पण, माझा हात धरून नको फिरायला स्पृहा." ती विसरलीच होती की तिने माझा हात धरून ठेवलाय. "ओह, सॉरी..."

आम्ही स्टारबक्सच्या दिशेने चालत होतो. स्पृहा माझ्या सोबत नसल्यासारखी दोन पाऊलं पुढे चालत होती. "पिक्चर बघायचा का?" मी विचारलं.

स्पृहाचे डोळे चमकले, "ऍक्चुली! सेफेस्ट जागा आहे."

"हो आणि तिथे बोललो तर लोकं हाकलतील आपल्याला."

"अरे हो... तिथे बोलता नाही येणार."

"अशी गोंधळल्यासारखी का करतेयेस आज? रिलॅक्स. मी आहे ना तुझ्यासोबत."

"म्हणूनच."

स्टारबक्समधे गेलो. मी स्पृहाला म्हंटलं, "तू टेबल निवड, मी आत्ताच काहीतरी ऑर्डर करून देतो मग बसुया निवांत. तुझं काही ठरलेलं असतं का इथलं?"

"फ्रॅप्पे घेऊन ये छोटा."

"ओके."

मी स्पृहाच्या समोर येऊन बसलो आणि मोबाइलमधे मेसेजेस, मेल्स चेक करत होतो. एक-दोन अर्जेंट रिप्लाईस केले. ऑफिसच्या WhatsApp ग्रुपवर टीमची काही प्रश्न आलेली दिसली त्याची उत्तरं देत होतो.

"मोबाइलच बघत बसशील का आज?" आज स्पृहा काही रोजच्यासारखी वाटत नव्हती. काहीतरी गडबड होती. मी मोबाइल टेबलवर पालथा ठेवला आणि तिच्याकडे पूर्ण लक्ष देऊन विचारलं, "काय झालं? इतकी कातवलेली का आहे आज?"

"कातवलेली?" जरा जोरातच बोलली.

"ओके ओके!" मी हात उडवत म्हणालो. "चिडते का आहे? भांडा-बिंडायच्या मूडमधे आहेस का?" काहीच नाही बोलली. मी म्हणालो, "तुझी

इच्छा नसेल बोलायची तर काही हरकत नाही. खरंच पिक्चर बघायचा का? एखादा फ्लॉप निवडू ज्यात जास्त लोकं नसतील. ठीके?"

मान खाल करून होती. काही सेकंदांनंतर बोलली, "खूप मोठं भांडण झालं आज सकाळी आमचं."

आत्ता डोक्यात प्रकाश पडला. मी मोठा श्वास घेतला मग रिस्पॉन्स दिला, "हम्म."

"तू असता तर..." स्पृहा म्हणाली.

"मी असतो तरी काय? आपणही भांडलोच असतो. कुठले नवरा-बायको भांडत नाही? सगळ्याच कपल्समधे प्रॉब्लेम्स असतात. तुला काय वाटतं आपलं लग्न झालं असतं तरी काय सगळं hunky-dory असतं?"

"मी कुठे असं म्हणतेय की सगळं hunky-dory असतं? पण आपण ज्या फेझेस मधून गेलो त्यानंतर परत सगळं जुळून आलं असतं तर आपली रिलेशनशिप खूप मॅचुअर्ड असती. नाही वाटत तुला असं? नवरा-बायको झाल्यानंतरचे प्रॉब्लेम्स, सासू सासऱ्यांमुळे होणारे वाद-विवाद, नातेवाईकांच्या कटकटी, आपले रुसवे-फुगवे आणि मग एकमेकांना सॉरी म्हणून पुन्हा एकत्र नांदून संसार करणं. मला हे सगळं बायको म्हणून तुझ्यासोबत करायचं होतं."

"मला नव्हतं करायचं?"

"मग थांबला का नाही माझ्यासाठी?"

"मी? तू मला सोडून गेली होतीस हे विसरली का?"

५-१० सेकंदाच्या गॅपनंतर म्हणाली, "माझ्या कानावर काही गोष्टी आल्या होत्या."

"म्हणजे?"

"मी तुला सोडून गेली आणि तू लगेच दुसरी मुलगी पटवलीस."

"Spruha don't make it sound like that, please!"

"इतकी सवय झाली होती का गर्लफ्रेंडची, की एक गेल्याबरोबर दुसरी मिळवली - रिप्लेसमेंट."

"काय बोललीस तू? रिप्लेसमेंट? मी काय वाया गेलेला फालतू पोरगा होतो? की मला मुलीची सवय झाली होती? तुला काही कल्पना तरी आहे तू गेल्यानंतर how difficult it was for me to move on? तू गेली त्यानंतर मी तुला कितीतरी दिवस फोन करत होतो."

"हो आणि मी तुला म्हंटलं होतं की कदाचित मी पाच वर्षांनंतर तुझ्याबद्दल विचार करीन."

"दहा म्हणाली होती तू"

"आणि मग लगेच करेक्ट करून पाच म्हणाली होती, होती ना? का म्हणाली असेल पाच? डोकं लाव जरा."

मी दोन्ही कोपर टेबलवर टेकवले, केसांवरून मानेपर्यंत हार फिरवला आणि लांब श्वास घेतला. "तू फक्त मला सोडून नाही गेली स्पृहा. माझ्यातलं सगळं प्रेम घेऊन गेली. मी आतून रिकामा होत चाललो होतो, तुटून गेलो होतो. मुलींकडे बघणं तर सोड, माझा प्रेमावरून विश्वास उडून गेला होता."

"अच्छा? असं असून सुद्धा कोणाला पकडलं तू? माझी क्लासमेट?? तेवढा तर विचार करायला हवा होता? की मुद्दाम मला दाखवायला-"

"विचार करून कोणी प्रेमात पडतं का स्पृहा? हे 'तुला' समजवावं लागेल का? आणि तुला दाखवायला? की बघ मला सोडून गेलीस तर तुझ्या क्लासमेटलाच पटवतो आता. इतक्या हलक्या पातळीचं होतं का माझं प्रेम?"

स्पृहा ऐकत तर होती पण पटत नव्हतं तिला.

मी पुढे म्हणालो, "आणि असं नाहीये की मी तुझ्याकरता थांबलो नाही, तुझी वाट बघितली नाही. खूप वाट बघितली."

"हो रे. खूप वाट बघितली तू.. आठ महिने." सारकॅस्टीकली बोलली.

मी काही सेकंदांनंतर शांत स्वरात बोललो, "आय नो आपल्यामधे तेव्हा प्रॉब्लेम्स झाले होते. तू सोडून गेली होती त्या दिवशी मी तुला म्हंटलं होतं स्पृहा की, सोडून जाणं हे काही सोल्युशन नाहीये. तुला हवं तर आणखी वेळ घे... पण आज मला सोडून जाऊ नकोस. पुढे कधी तुला परत यावंसं वाटलं तर कदाचित मी तेव्हा तयार नसेन."

"म्हणजे आधीच बघून ठेवली होती का दुसरी? की स्पृहा गेली तर नवीन मुलगी पटवायला रेडी."

आता मी थोडा फ्रस्ट्रेट झालो, "स्पृहा कसं बोलतेयेस? तू काही ऐकायलाच तयार नाहीये! समजून घे प्लीज."

"काय समजून घेऊ नीरज कसं समजून घेऊ? मला रियलाईझ झालं त्यानंतर मी आले होते ना परत."

"पण तेव्हा मी ऑलरेडी कमिटेड होतो."

"किती महिने? सांग ना खरंच किती महिने?"

मी तिची नजर चुकवून उत्तर पुटपुटलो, "चार."

"चार. चार महिने. चार महिन्यात जिंकलं तिने तुला? मी चार वर्ष होती तुझ्यासोबत."

"मग काय करायला हवं होतं? तुझ्यासाठी तिला सोडून द्यायला हवं होतं?" मी मुद्दाम स्पृहाला बोचावं म्हणूनच पुढचं वाक्य बोललो, "कोणी सोडून गेल्यावर परत प्रेम करायला किती हिम्मत लागते तुला माहित नाहीये."

"आणि पश्चाताप झाल्यानंतर परत यायला किती हिम्मत लागते हे तुला माहित नाहीये."

मी मागे सरकून चेयरला टेकून हाताची घडी बांधून मान वळवली. काही क्षण शांततेत गेले. "तू गेली त्यानंतर माझ्यातलं फक्त प्रेम नाही संपलं स्पृहा. माझा विश्वास संपला. माझा धीर संपला. आणि सगळ्यात वाईट जे झालं ते म्हणजे माझी होप संपली. मला तो दिवस, ती मूमेंट आठवते जेव्हा I lost the last bit of hope that I had. तुझ्या कॉलेजची बस माझ्या कॉलेजच्या

गेट समोरून निघायची. एकदा मला तू बस-स्टॉपवर दिसली होती बसची वाट पाहात. मी गेटच्या आत उभा होतो. तुला बघत होतो. तू ही मला बघितलं होतंस. मग तुझी बस आली. माझा पक्का निर्धार झाला होता की बस निघून गेल्यावर जर तू तिथेच थांबलेली दिसली, तर जीव मुठीत धरून पुढे येऊन एकदा तुझ्याशी बोलतो - की खरंच तूला मी नकोय का? That was the last chance I was going to give myself. बस येऊन निघून गेली आणि... आणि त्यात तू पण. त्या क्षणाला फायनली आय गॉट ओव्हर. मला त्याच्यातून निघायला खूप त्रास झाला... मग... "घशातली खरखर दूर केली आणि पुढे म्हणालो, "... मग रश्मी आणि मी कॉलेजच्या ऍन्यूअल फंक्शन कमिटीमधे असल्यामुळे आमच्या भेटी गाठी वाढल्या. मला ती आवडायला लागली. कधी पुन्हा प्रेमात पडलो समजलं नाही. ज्याची कधीच पुन्हा अपेक्षा नव्हती ते सगळं घडायला लागलं. तिच्याशी बोलायला भेटायला आवडायला लागलं, क्लासमधे तिची वाट बघायला लागलो. तिलाही मी आवडायला लागलो होतो. मग एक दिवस तिला प्रपोझ केलं... खुश राहायला लागलो. आयुष्य परत एकदा खूप सुंदर व्हायला लागलं. नवीन प्रेम संबंध सुरळीत चालायला लागला. तुझा विसर पडायला लागला. आणि मग एक दिवस... तुझा कॉल आला. आणि त्याच्या नेक्स्ट डे चा तो शेवटचा कॉल..." मी थोडा पुढे वाकून स्पृहाच्या डोळ्यात बघून म्हणालो, "एकदा माझ्या दृष्टिकोनातून विचार करून बघ स्पृहा. तू परत आली तेव्हा माझं काय झालं असेल. आणि तूच सांग मी काय करायला हवं होतं."

"थोडा सेल्फिश झाला असता तर काही नसतं बिघडलं. तिच्याकडे तुझ्या फक्त चार महिन्यांच्या आठवणी. माझ्याकडे चार वर्षांच्या."

स्पृहा सगळं ऐकत होती पण समजून काहीच घेत नव्हती. थोडी शांत झाली, "मला सांगून तरी द्यायचं होतं. हिंट तरी दिली असती. मी किती वर्ष ह्या आशेवर काढले की तू मला एक दिवस परत ऍक्सेप्ट करशील. मी तुला नंतर कॉल्स केले, ई-मेल्स केले. तू काही बोलायलाच तयार नव्हता."

मी थोडा रागाने बोललो, "हो कारण मी खूप चिडलो होतो तुझ्यावर. खूप. मला आपला जुना ग्रुप, तुझ्या आठवणी, तुझा रेफरन्स सगळं नकोसं झालं होतं. आणि म्हणून मी कोणाशीच कॉन्टॅक्ट ठेवला नाही. कधीकधी तुझी आठवण यायची but, somehow somewhere I had moved on. वर्ष

निघून गेली. आणि मग एक दिवस ऑफिसमधे प्रियंकाने तिच्या फेसबुकवर तुमचे INFI ट्रिपचे फोटोज दाखवले, त्यात तू दिसली. आणि त्या दिवशी सगळ्या आठवणी एखाद्या वादळासारख्या झुंजवत परत आल्या. प्रियंकाला आपल्याबद्दल सांगितलं तेव्हा ती म्हणाली की स्पृहा मला ह्या बाबतीत एकदा बोलली आहे. तुझ्या मनातलं माझ्याबद्दल इतक्या वर्षांनी काहीतरी कळलं. आणि मग कुठून कुणास ठाऊक, मला काही गोष्टी रियलाईझ व्हायला लागल्या. It was as if - कधीतरी तू हवेत माझ्यासाठी काही मेसेजेस सोडले होते, मीच ते ऐकायला कधी ट्यून्ड नव्हतो. मला ह्याची जाणीव झाली की मला सोडून जाताना तुला पण खूप त्रास झाला असावा. तू झालं-गेलं सगळं मागे सारून किती उत्कंठेने माझ्याकडे परत यायचे प्रयत्न केले असतील. आणि मी तुझ्या ऍडव्हान्सेसला काहीच रिस्पॉन्सेस दिले नाही. तुलाही पुन्हा प्रेम करणं लग्न करणं काही सोपं नसेल गेलं. मी स्वतःला तुझ्या जागेवर ठेवून कधी विचार केलाच नव्हता. आणि मग हळूहळू मला गोष्टी उलगडत गेल्या. खूप वाईट वाटलं. कित्येकदा असं वाटलं की थोड्या महिन्यांच्या अवधीमधे खूप मोठी चुकामूक झाली. कदाचित मी थोडा आणखी थांबलो असतो. कदाचित तू थोडी आणखी लवकर परत आली असती. असं वाटलं आयुष्यभर तुला ह्या गोष्टी कधीच समजावता येणार नाही. हे सगळं कायमचं मनात ठेवून तुझ्या आठवणींसोबत हा जन्म काढावा लागेल... माझा तुझ्यावरचा राग हळूहळू पूर्णपणे शांत होऊन गेला. प्रियंकाला विचारलं की स्पृहाला माझ्याकडून बर्थडे विश करशील का... असं वाटलं होतं ह्या जन्मात आता आपला फक्त एवढाच संबंध उरणार. आज आपण इथे बसून हे सगळं बोलतोय हा फक्त नशीबाचा भाग नाहीये. कुठेतरी आपल्या मनात हे सगळं घोळत होतं म्हणूनच आज ह्याची स्वप्नपूर्ती झाली."

स्पृहा अजूनही काहीच बोलत नव्हती. माझ्याकडे नीट बघतही नव्हती. मी पूढे म्हणालो, "तू मला सोडून गेली त्यात तुझी चूक नाहीये. कदाचित मीच तुला तसं करायला भाग पाडलं. पण प्लीज माझा विश्वास कर स्पृहा, तुझ्या क्लासमेटशी लग्न करून तुला मुद्दाम काही दाखवून द्यायचं वगैरे असं कधीच माझं इंटेन्शन नव्हतं."

सगळं ऐकून घेतल्यावर तिने मान खाली घातली. खूपच नाराज होती.

मी थोडा मूड लाइट करायचा प्रयत्न केला, "नशीब 'तू' माझ्या एखाद्या क्लासमेटशी लग्न नाही केलं! नाहीतर जळून खाक झालो असतो मी!" आणि मी आव आणून हसलो. स्पृहाच्या पुढल्या वाक्याने मला निरुत्तर करून टाकलं. झटकन मान वर करून म्हणाली,

"आणि मी? प्रेमात फक्त शरीर वेगळे असतात नीरज, मनं दोघांची सारखीच असतात."

***

दोन-तीन दिवस स्पृहाशी काहीच बोलणं झालं नाही. प्रियंकाने ऑफिसमधे मला चिडवलं, "दो प्यार के पंछी... जब मिलते हैं... भूल जाते हैं उस डाली को जिसके सहारे बैठे थे..."

मी हसून म्हंटलं, "असं काही नाही यार."

"चालू द्या चालू द्या." प्रियंका म्हणाली, "ऑल ओके ना पण?"

"Well, not exactly. स्पृहा खूप चिडलीये."

"What? Don't tell me की भांडलात तुम्ही!"

"भांडलो नाही, जुन्या गोष्टी निघाल्या. त्या सगळ्या आठवणी. त्या वेळेस झालेली चुकामूक अँड ऑल."

"हम्म."

"सो रागावली आहे खूप. काहीच समजून घ्यायला तयार नव्हती."

"मला तर नेहमी वाटतं तुझ्यासारख्या मुलाला ती सोडून गेलीच कशी काय? I mean, तू जसा मुलींना वागवतो, टीमची काळजी घेतो-"

"मी आधी असा नव्हतो प्रियंका. मी स्पृहाशी नीट वागलो नाही."

"I can't believe it. असं काय झालं? स्कूलपासून तुम्ही सोबत होते ना?"

"हो. पॉली सेकंड इयरमधे सगळं फिस्कटलं."

"काय यार, स्कूलमधलं लहानपणीचं पहिलं प्रेम. तुमचं जमलं असतं तर किती छान."

"हो ना. खरंच. आणि चार वर्षात we went through a lot of ups and downs. स्पृहाचा माझ्या आयुष्यात परत यायचा हा काही पहिला प्रयत्न नाहीये. तिसरा आहे."

"Means?"

"इट्स स्ट्रेंज पण आपण ह्याबद्दल कधी बोललो नाही." आम्ही कॅन्टीनच्या टेरेसवर उभो होतो. मी दूरवर WTC च्या टॉवर्सकडे बघत प्रियंकाला फ्लॅशबॅक सांगायला लागलो.

"स्पृहाने मला प्रपोझ केलं होतं तेव्हा आम्ही आठवीत होतो." पुढलं वाक्य बोलताना माझं मलाच हसू आलं, "त्या दिवशी मी तिला म्हंटलं होतं की अजून खूप लहान आहोत आपण हे सगळं करायला. मग काही दिवसांनी मीच तिला सांगितलं की मला पण ती आवडते. मग जरा रुसली होती, की आधी का नाटकं करत होतास? आमचं सुरु झालं. हळूहळू त्या रेघोट्यान्नी काढलेल्या चित्रात इतके रंग भरत गेलो, सारं जग विसरलो होतो. जीवापलीकडे प्रेम केलं तिच्यावर. पण स्वतःला पूर्णपणे विसरून कोणावरच प्रेम करायचं नाही हे ती गेल्यानंतरच शिकलो. लहान होतो मी पण. हृदयात प्रेम तुडुंब भरलं होतं पण प्रेमात कसं वागायचं, ते समजायची अक्कल नव्हती. खूप जास्त इन्फ्लुएन्स्ड होतो. तिचं सोडून बाकी सगळ्यांचं ऐकायचो. तिच्यावर सोडून बाकी सगळ्यांवर विश्वास केला. तिला नीट वागवलं नाही. खूप पझेसिव्ह झालो होतो. कुठेतरी तिला गमावून बसायची भीती सतत मला आतून खात असायची. एक दिवस कंटाळून तिने झटकाच दिला - पुन्हा कधी मला भेटू नको म्हणाली. मला माझ्या चुकांची जाणीव झाली. आणि म्हणून मग तिला आणखी एक चान्स मागितला जो तिने खुशाल दिला. मी इतका त्रास देऊनही तिने मला मोठया मनाने एक्सेप्ट केलं. आणि त्यानंतर मी खरंच बदललो होतो. पूर्णपणे. इनफॅक्ट, तो बदल नव्हताच. I was back to being my original self, जसा मी आधीही होतो. तिने मला स्वतःला प्रूव्ह करायचा सेकंड चान्स दिला जे मी केलं सुद्धा. पण मी? मी तिला सेकंड चान्स दिला? नाही. कधीकधी वाटतं फक्त चुकाच करत आलो का मी प्रेमात? ऑब्व्हियसली स्पृहाला राग आला असेल. तिचं चिडणं साहजिक आहे. माझ्या चुका समजल्यानंतर मी स्पृहाकडे परत गेलो तेव्हा तिने मला एक्सेप्ट केलं होतं. तिच्या चुका समजल्यावर ती परत आली तेव्हा? मी नव्हतोच तेव्हा तिच्यासाठी. का नाही चिडणार ती? मी तिची कितीही समजूत काढली तरी..." मी दीर्घ श्वास घेतला आणि पुढे बोललो, "होऊ दे तिचा राग शांत. बोलेल काही दिवसांनी बरोबर तिची इच्छा झाली की."

प्रियंका लक्ष देऊन ऐकत होती. तिच्या मनात बरोबर तोच प्रश्न आला ज्याचं उत्तर माझ्याकडे आजही नव्हतं - "पण मग, तुमचं पुन्हा एकदा सगळं ठीक झाल्यानंतर ती का गेली?"

"मला माहित नाही यार प्रियंका." मी फार हताश होऊन म्हणालो. "And I don't know why, मी अजूनही तिला हा प्रश्न विचारू नाही शकलोय."

"हम्म. थोडं कॉम्प्लेक्स तर आहे मॅटर."

"थोडं? विचार करायला लागलो की डोकं गरगरायला लागतं माझं. तिचं मला प्रपोझ करणं, मग सोडून जाणं, मला तिने दिलेला सेकंड चान्स, मग परत तिचं मला सोडून जाणं, माझं दुसऱ्या प्रेमात पडणं, मग तिचं परत येणं, ती जन्मभर बोचणारी चुकामूक, तिला कधीच न मिळालेला सेकंड चान्स which she deserved, आणि १९ वर्षांनंतर आलेले हे दिवस. असं वाटतं काळाच्या मातीने बांधलेलं हे जुनं वारूळ नियतीने उध्वस्त करून टाकलं आणि आतली मुंग्याची छोटी छोटी घरं परत दिसायला लागली."

"पण त्यातच काही दडलेल्या प्रश्नांची उत्तरं सापडतात नीरज."

"खरंय तुझं, पण ती परत का सोडून गेली ह्याचं उत्तर कदाचित मला कधीच मिळणार नाही."

"ठीके यार... होतं असं. मी पण माझ्या फर्स्ट रिलेशनशिपमधे खूप पझेसिव्ह होते. थोडीफार भीती वाटतेच रे. पहिलं पहिलं असतं आपलं, समजत नाही आपल्याला. But the main thing is - त्यातून शिकला तू. बदलला. पुढे आला. That's important. तसाच राहिला असता तर?"

"मग कदाचित दुसरी गर्लफ्रेंड पण सोडून गेली असती. आणि तुझ्यासारखी छान मैत्रीण पण मिळाली नसती." मी हसून म्हटलं.

"See!" प्रियंका माझ्याकडे हातवारे करत म्हणाली, "सो इतकं स्वतःला ब्लेम नको करू. Possessive boyfriends are the most common type. There are worse. आणि तू पझेसिव्ह राहिला असशील कारण तुला ती आवडायची ना तितकी... विच मीन्स की तू काही टाईमपास करत नव्हता."

"ऑफकोर्स नॉट."

"मग, ते बघायला हवं होतं ना तिने."

"Maybe she did, but मी जरा जास्तच-"

"बापरे किती तिची बाजू घेतो रे!"

"अगं बाजू घेतो असं नाही... तिच्या बाजूनी पण विचार करतोय."

"असू दे असू दे... दिसतंय चेहऱ्यावर. पझेसिव्ह आत्ताही आहेस." प्रियंका मंद हसत म्हणाली.

मला गालात हसायला आलं. प्रियंका पुढे म्हणाली, "माझं म्हणणं इतकंच आहे की सगळा ब्लेम तू स्वतःवर का घेतोस? चुका तिच्याही होत्या आणि तुझ्याही. तिच्या चुका सावरून घेतोयस, तिच्या बाजूनी विचार करतोयस ही चांगलीच गोष्ट आहे पण टाळी काही एका हातानी वाजत नाही नीरज. आणि ह्या सगळ्या उपर म्हणजे तू तिच्याकरता बदलला होतास."

"बदललो नाही, पुन्हा पाहिलेसारखा-"

"होsss व्हॉटेवर, तिच्यासाठी तो बदलच होता ना. मग, तिच्या प्रेमासाठी तेही केलंच ना तू तुझ्या चुका मान्य करून, तुझा इगो, सेल्फ एस्टीम सगळं विसरून तू तिला सेकंड चान्स मागितलास ना? मग, एका मुलाने हे सगळं करणं इतकं सोपं नाहीये. कोणाहीकरिता for that matter but even more so for the man in the relationship. प्रेमापेक्षा इगो मोठा असतो रे लोकांचा इथे. I can totally imagine तू तिला सेकंड चान्स मागितला तेव्हा तू तिच्या समोर किती छोटा झाला असशील."

"तिच्या समोर कसला इगो आणि काय गं. And especially जेव्हा I had to save my relationship."

"I know. पण ते ही जमत नाही लोकांना नीरज."

"प्रेमापोटी केलं. दुसरं काय."

"तेच म्हणते आहे. तू ज्या रॉक बॉटम लेव्हल वरून तुझी रिलेशनशिप तराला आणली असशील... I can understand. स्पृहाला ही साधी गोष्ट नाही समजली की असा मुलगा आपल्याला कधीच सोडून जाणार नाही?"

"ती बिचारी आतल्या-आत कुठे फसली होती तिलाच माहित."

"पुन्हा तिची बाजू घेतोय." प्रियंका दूरवर कुठेतरी एकटक बघत पुढे म्हणाली, "किती सोप्पंय नीरज, आपल्यावर जी व्यक्ती जास्त प्रेम करते तिच्यासोबत राहावं. आणि असं असतंच प्रत्येक रिलेशनशिपमधे."

"True."

"She lost you."

"इतक्या वर्षात कित्येक वेळा माझ्या मनात आलं की तिला सॉरी म्हणून देऊ. ऍट लीस्ट माझ्या परीने."

"मग म्हणून द्यायचं ना."

"कशी रिऍक्ट करेल काही आयडिया नव्हती ना."

"If you ask me, तिने पण तेच केलं असतं, तुला सॉरी म्हंटलं असतं. ऍनीवे, आता म्हणून दे."

"ती बोलेल तेव्हा ना? गायबंच झालीये."

"मी करते काहीतरी."

घरी गेल्यावर झोपायला जाताना शिवानीने पुन्हा हट्ट केला, "बाबा उद्या मला परत मॉलच्या ट्रेनमधे बसायचंय." मुलीकडे बघितलं, स्पृहा होती म्हणून काय माझ्या कुटुंबाच्या अपेक्षांना मी दुर्लक्ष कसा करू शकत होतो, "ओके बाबू." रश्मीला म्हंटलं, तू पण चल. नाही म्हणाली, तुम्ही दोघंच जाऊन या. मी म्हंटलं, "अगं चऽऽल, होईल मॅनेज. आजकाल रॅम्प असतो सगळीकडे."

मला गर्दीची ठिकाणं आवडत नाहीत, आणि शिवाय रश्मीला गर्दीत मॅनेज करणं. दुपारी मॉलमधे गेलो. रश्मीला फूडकोर्टला सेट करून आलो, म्हंटलं बाबूचं फिरून झालं की काहीतरी खाऊया. शिवानीला ट्रेनचा राऊंड

करवला. उतरायलाच तयार नव्हती. आणखी एका राऊंडचा हट्ट करायला लागली. मी म्हंटलं, "अगं मम्मा वरती वाट बघतेय ना, चल आता."

"नाही बाबा प्लीज एक अजून. मग आपलं परत परत येणं होत नाही."

ते ही खरंच. "ओके. बट हा लास्ट ओके?"

"Yaayyy!" म्हणून खूप खुश झाली.

माझं सहज लक्ष गेलं, स्पृहा पलीकडच्या बाकावर बसून लहान मुलांना गेमझोनमधे खेळताना बघत होती! मी डोळे चोळले. जिकडेतिकडे स्पृहा दिसायला लागली की काय? खरंच होती! मी तिच्या जवळ गेलो. आम्हाला भेटून चार दिवस झाले होते. आणि त्या दिवशी चिडली होती. मॉलमधे मला अनपेक्षित बघून तिला खूप आनंद झाला. पण मग लगेच चिडली होती हे आठवलं असेल म्हणून चेहरा खऊट केला.

"इथे कशी काय?" मी विचारलं.

माझ्या प्रश्नाचं उत्तर नाही दिलं. उलट प्रश्न विचारला मलाच, "एकटा आहेस?"

"नाही अगं, मुलगी आहे सोबत. वर रश्मी पण आहे, फूडकोर्टला बसलीये. तू?"

स्पृहाच्या नवऱ्याला बघायची काही माझी फार इच्छा नव्हती, पण विचारणं प्राप्त होतं. मी एकटीच आलीये म्हणाली. आणि खूप एक्साईटेडली विचारलं, "तुझी मुलगी कुठेय? मला तिला बघायचंय!"

"टॉय ट्रेनचा राऊंड घेतेय, येईलच."

स्पृहा आतुरतेने ट्रेन परतायची वाट बघायला लागली. इकडेतिकडे बघू लागली ट्रेन कुठल्या दिशेला होती. मला इग्नोर करत होती.

"स्पृहा", मी म्हणालो, "अजूनही रागावलीयेस का?"

तिने बघितलं माझ्याकडे पण काही बोलली नाही. तेवढ्यात ट्रेन आली आणि शिवानी माझ्याकडे धावत येताना स्पृहाने तिला अडवून डोळे भरून बघितलं. तिला कडकडून कुशीत घेतलं आणि तिच्या पाप्या घेऊ लागली.

शिवानीला कळेचना ही कोण आहे आणि इतके लाड का करतेय? तिथल्या बाकी पॅरेंट्सना पण वाटलं असावं, आपली मुलगी नैनीतालहून पुण्याला ट्रेनने आल्यासारखी का वागतेय ही बाई? शिवानी स्पृहाच्या कुशीतून सुटली आणि धावत येऊन माझा हात धरला. स्पृहा आमच्या जवळ चालत आली आणि शिवानीला लाडाने Hi म्हणाली.

शिवानी पण Hi म्हणाली. स्पृहा गुडघ्यांवर बसून शिवानीशी बोलू लागली, "काय नाव आहे तुझं?"

"शिवानी."

"किती क्यूट आहेस तू!" मी मनात म्हणालो अगं माझ्यावर गेलीये. शिवानीने निरागसतेने मला विचारलं, "बाबा कोण आहे ही काकू?" स्पृहाने काही उत्तर द्यायच्या आत मी बोललो, "श्रद्धा. श्रद्धा काकू आहे बेटा. माझ्या ऑफिस मधली."

स्पृहाने तिच्या पर्समधून डेरीमिल्क काढून शिवानीला दिलं. शिवानी थँक यु म्हणाली. स्पृहाने परत तिची पापी घेतली, उठून उभी राहिली आणि मला म्हणाली, "उद्या भेटू. ऑफिसमधे." माझ्याशी बोलताना मात्र चेहऱ्यावरचे हावभाव परत पहिल्यासारखे होते. आणि मग शिवानीकडे पाहून बाऽऽय म्हणाली.

आम्ही वर फूडकोर्टला गेलो. रश्मी म्हणाली, "इतका वेळ लागला?"

शिवानीने तिच्यापुढे स्पृहाने दिलेलं डेरीमिल्क नाचवलं, "मम्मा, हे बघ!"

"कोणी दिलं?"

"श्रद्धा काकू."

"श्रद्धा?"

"अगं माझी ऑफिस कलीग भेटली खाली."

मी डोसा घेऊन आलो आणि रश्मीला नीट खाता यावं म्हणून तिची व्हीलचेयर ॲड्जस्ट करून दिली.

स्पृहा हे सगळं दुरून MacD च्या कोपऱ्याला उभी राहून चोरून बघत होती. मला माहित नव्हतं.

***

दोन-अडीच वर्षांपूर्वी.

कॉन्फरन्स रूमच्या स्क्रीनवर टीम रिसॉर्ट्स सर्च करत होती. तूफान एक्साईटमेन्ट. सगळे आप-आपल्या अनुभवानुसार आणि माहिती असल्यानुसार स्वतः गेलेले किंवा ऐकलेले ऑपशन्स सुचवत होते. "अरे यह वाला मस्त है. इसमें..." नितीन.

"लेकिन उधर बॉन फायर नहीं हैं." स्नेहा.

"अरे स्नेहा अपने अंदरही इतनी आग है." सतीश. दुसरं कोण.

प्रियंका तिच्या लॅपटॉपवर सर्च करत होती, कोणी मोबाइलवर. डिस्कशनमधे आणखी एक-दोन ग्रुप्स बनून गेले होते. "पंचगनी में भी अच्छे ऑपशन्स हैं." मोबाइल बघत ऐश्वर्या म्हणाली.

"अरे सर कुछ सजेस्ट करो ना?" सतीश.

"अरे किधर भी चलो यार. शाम को सब एक जगह बैठ के पी सके ऐसा देखो बस." मी म्हणालो.

"फिर यह वाला बेस्ट हैं." प्रियंका म्हणाली, "सतीश, आप शेयर बंद करो let me share screen."

"डेल्नाझ ने क्या कहा सर... शेयर बंद करनेका तो करनेका." असं म्हणत केबल प्रियंकाच्या लॅपटॉपला लावली.

प्रियंका स्क्रीन शेयर करत रिसॉर्ट बद्दल माहिती पुरवत होती, "इसमें बहुत बडे बडे टेन्ट्स हैं. बीस लोग एक टेन्ट में साथ बैठ के पी सकते, जैसा अभी नीरज बोले सेम वैसा ही हैं."

मी चेयरवरून उठलो, "बस फिर फायनल करो. डेट्स के साथ मेल भेज दो. जितने पॉसिबल हैं उतने चलो. Don't change the dates now." असं म्हणत मी चालायला लागलो.

"अरे फोटोज तो देख लो!" कोणीतरी म्हणालं.

"अरे ठीक है यार. सब एक जैसे ही तो रहते. पहाड़, पानी, रूम और दारू." सगळे हसले. प्रियंका फोटोज दाखवत होती स्क्रीनवर. माझा एक डोळा स्क्रीनवर होता. मी बाहेर पडायला रूमचं दार अर्ध ओढलं तेव्हा फोटोज फ्लिप होताना त्यातल्या एका फोटोने माझं लक्ष वीज चमकल्यासारखं वेधून घेतलं. अर्धवट धरलेल्या दाराला हात आणि जमिनीला पाय चिकटून बसले. "क्या हो गया नीरज! फोटोज देख के रुक गये ना!" स्नेहा.

"मैं बोली अच्छा रिसॉर्ट हैं फोटोज देखे बिना मत जाओ." प्रियंका.

मी अजूनही तसाच उभा होतो. सतीशच्या डायलॉगनी भानावर आलो, "क्या हुआ सर, कुछ याद आ गया क्या?"

"हां? नहीं. अच्छा है. बुक कर दो." असं म्हणत रूमच्या बाहेर पडलो आणि थेट लूमधे गेलो. माझं काळीज छाती फाडून बाहेर येईल असं वाटत होतं. चेहऱ्यावर पाणी मारलं. मिनिटभर आरशातच बघत होतो.

रिसॉर्टच्या फोटोजमधे स्पृहा आढळली होती. इतक्या वर्षांनंतर अचानक दिसल्यामुळे अक्षरशः हादरलो. खाली गेलो आणि एक सुट्टा सुलगावला. प्रत्येक कश आग बनून हृदयातल्या काना-कोपऱ्यातली आठवणींची जळमटं पोळून काढत होता.

वरती डेस्कवर परत गेलो तर पोरांची मीटिंग संपली होती. रिसॉर्ट ठरलं होतं. माझ्या डोळ्यासमोर तो फोटो आणि त्यातली स्पृहा. मला वाटलं मीटिंग सुरु असेल तर परत तो फोटो बघायला मिळेल का. दिवसभर बेचैन होतो. रात्रीही नीट झोप आली नाही.

एक-दोन दिवसांनंतर टीममधे मुद्दाम विषय काढला, "वो रिसॉर्ट हो गया ना अपना बुक?"

"हाँ हो गया ना." स्नेहाने उत्तर दिलं.

"दिखाना एक बार वापिस. प्रियंका शेयर कर रही थी ना उस दिन शायद?" प्रियंका मीटिंगला गेली होती.

"क्यों? आपके लिये तो वैसे भी सब सेम रहते. पहाड़, पानी, रूम और दारू." स्नेहाने टॉन्ट मारला.

"अरे बाबा ऐसे ही पूछ रहा... अभी बुकिंग हो गया ना किधर जा रहे, तो इसलिए सोचा देख लूँ दुबारा कैसा है."

"अच्छा-अच्छा! गूगल करो ना." असं म्हणून स्नेहाने रिसॉर्टचं नाव सांगितलं. काय गूगल? माझा इंटरेस्ट स्पृहाचा फोटो बघण्यामधे होता ते कसं सांगणार होतो. तिने लगेच गूगल करून बोलावलं, "ये देखो नीरज... आओ इधर." मी चेयर ढकलत तिच्या डेस्कवर गेलो. रिसॉर्टच्या वेबसाइटवरची फोटो गॅलरी दाखवत स्नेहा सांगायला लागली, "देखो ये लेक ऑसम है हां यहाँ पे... कायाकिंग भी कर सकते, आपको पसंद है ना."

"हाँ ठीक है, अच्छा है." असं म्हणत मी माझ्या डेस्कवर परत जायला लागलो पायाने चेयर ढकलत.

"अरे! देख तो लो अभी ठीक से, चले जा रहे हो!"

"नहीं ठीक है समझ गया. वो... आ... परसो प्रियंका शेयर कर रही थी वो फोटोज बेटर थे."

"हाँ वो उन्होंने खुद खींची थी ना रिसॉर्ट के अंदर."

"हाँsss! वो देखने हैं."

"अरे ऐसेही रहनेवाले हैं सर वो फोटोज क्या आप भी." सतीश, "प्रियंका १-१ में हैं अभी आएगी जब देख लेना."

मी मनात म्हणालो, 'अरे ऐसेही नहीं रहनेवाले भाई तुझे नहीं पता उसमें क्या हैं.'

प्रियंका मीटिंग करून आली, डेस्कवर बसली. सगळे कामात गुंतले होते. मी परत विषय काढू की नाही, कसा काढू. चायला कोणीतरी बोला ना रिसॉर्टचा विषय. मी बॉटल भरून आणायला ब्रेक-आऊटकडे निघणार तेवढ्यात सतीश, "अरे प्रियंका सुनो ना, वो नीरज को रिसॉर्ट के फोटोज देखने हैं फिरसे."

असं वाटलं हाताने फ्लाईंग किस्स उडवू 'तू ही अपना भाई हैं!'

"तो गूगल करो ना?" प्रियंका म्हणाली.

"वाह यार, कितने स्मार्ट हो आप. हमको तो पता ही नहीं था." सगळे हसले.

"अरे उनको तेरे पासवाले ही फोटोज देखने हैं बोले." स्नेहा.

"उसमें ऐसा क्या हैं?" प्रियंकाने असं म्हणत तिचा फोन हातात घेतला. 'उसमें ऐसा क्या हैं, सिर्फ मैं ही जानता हूँ', मी मनात म्हणालो.

"आओ ना नीरज." प्रियंकाने बोलावलं. माझी धडधड परत वाढायला लागली. तिने फोनवर तिचं फेसबुक उघडलं, फोटोज फ्लिप करत होती. मला हवा असलेला फोटो आला. तिने पुढे फ्लिप केलं. "अगं थांब ना जरा किती घाई तुला!" मला वाटलं मी मनात बोललो हे. "अरे त्यात काही दिसत पण नाहीये रिसॉर्टचं, ग्रुप पिक आहे तो टीमचा. सगळ्यांचे थोबडे बघण्यात काय इंटरेस्ट तुला?"

"आ - नाही असंच. ओके ओके. थँक्स. सही आहे... रिसॉर्ट."

बाकी कोणाला नाही पण प्रियंकाला काहीतरी माझ्या डोक्यात चाललंय हे जाणवलं नसतं तर नवलंच. मी कुठल्यातरी विशिष्ट हेतूने फोटोज बघितले असावे हे तिच्या लक्षात आलं.

दुसऱ्या दिवशी ऑफिसमधे लवकर पोहोचलो. मी डेस्कवर बसताच प्रियंका आली.

"लवकर आली आज?" मी विचारलं.

"अरे दोन पिक-अप कॅन्सल झाले. लवकर आली कॅब. ब्रेकफास्ट नाही केलाय, चलतो का वर?"

"चल."

तिने सँडविच घेतलं, आग्रह केला म्हणून मी एक-दोन बाइट्स कंपनी द्यायला खालले. सांगत होती, "बरंच झालं लवकर आली कॅब. घरी पुष्करच्या दोन मावश्या, बेळगावची आत्या सगळे आमच्याचकडे तळ ठोकून बसलेयेत." माझी काहीच रिॲक्शन न आलेली बघून, "काय झालं तुला?" तिने विचारलं.

मी आता बोललो, "का?"

"अरे दीराच्या मुलाची मुंज आहे. वेड लावतायेत सगळ्या बायका मला घरी."

"हम्म."

चहा घेऊन कॅफेटेरियाच्या टेरेसवर गेलो. प्रियंका म्हणाली, "इतका शांत शांत का आहेस दोन-तीन दिवस झाले?"

"नाही असं काही नाही."

प्रियंका मला निरखून बघत होती. मी मुद्दाम आय-कॉन्टॅक्ट अव्हॉइड करत होतो. "खोटं." मी फक्त बघितलं तिच्याकडे. प्रियंकाने सहज पकडलं मला, "सरळ सरळ खोटं बोलतोय. काहीतरी झोल आहे... आणि ऑफिसचं वाटत नाहीये."

"हे कशावरून?"

"ऑफिसचं इतकं लोड कधी घेतो का तू की चेहऱ्यावर दिसून येईल?"

खुलासा करायची वेळ आली होती. चहाचा घोट घेतला आणि बोलायला लागलो, "प्रियंका... ते आपण जिथे चाललोय ना?"

"रिसॉर्ट?"

"हां... तू कधी गेली होती तिथे?"

"म्मम... २०१६ आय थिंक. आमची US ची टीम इथे आली होती तेव्हा मला वाटतं. का?" मी गप्प झालो. "अरे बोल ना?"

"तेव्हा INFI ला होती तू?"

"हो."

"ते फोटोज दाखव ना परत एकदा प्लीज." दीन अवस्थेत विनवणी करत होतो. एखादं लहान पोर बाबांना चॉकलेट मागतं तसा माझा चेहरा झाला होता.

"मला वाटलंच त्या दिवशी की काहीतरी गडबड आहे!" प्रियंकाने फोन काढला, फेसबुक उघडलं, तो ग्रुप फोटो आणला आणि मला दाखवला. मी स्पृहाला डोळे भरून बघत होतो. "काय सीन आहे?" भुवया उडवीत प्रियंकाने विचारलं.

"स्पृहा तुझ्या टीममधे होती?" मी विचारलं.

"तू कसा काय ओळखतो तिला?"

"सांगतो. तुझ्या टीममधे होती का?"

"हो."

"चांगली फ्रेंड होती तुझी?"

"होती? अरे अजूनही आहे."

"आता US ला असते ना?"

"हो. तुला कसं माहित? तू ओळखतो का तिला? माझ्या प्रश्नांची उत्तरं देतच नाहीयेस."

"हम्म. ओळखतो - I mean, ओळखायचो." खरंच ओळखू शकलो होतो का मी तिला?

"तू कसा काय ओळखतो?"

मी लांब श्वास घेतला आणि रहस्याचा उलगडा केला, "माझी... माझी गर्लफ्रेंड होती."

"ओह्ssss.... तरीच! फोटो दाखव - फोटो दाखव... मस्त होती चॉईस तुझी. एक नंबर आहे स्पृहा."

"I know."

"बापरे! काय योगायोग!" प्रियंका पुढे बोलली, "सिरियस होतं की TP?"

"चार वर्ष."

"चार वर्ष?" तिला सिरियसनेस कळला. अचानक चहा घ्यायचा थांबली आणि डोळे विस्फारले, "एक मिनिट! माय गॉड तो तू होता??!"

"म्हणजे?" मी विचारलं.

"मला स्पृहा बोललीये तुझ्याबद्दल!"

"व्हॉट?"

"हो! एक दिवस असंच गप्पा चालल्या होत्या. तेव्हा बोलता बोलता बोलून गेली की लहानपणीच प्रेमात पडली होती, शाळेत असताना, चार वर्ष चाललं होतं, पण मग तुटलं सगळं."

स्पृहा बद्दल इतक्या वर्षांनंतर कोणाशीतरी बोलत होतो. माझी उत्सुकता वाऱ्याच्या वेगाने वाढली. "अजून काय बोलली?" मी विचारलं.

"म्मम... असं म्हणाली होती की... त्याला सोडून जाणं वॉज अ मिस्टेक..."
माझ्या डोळ्यात बघून प्रियंका म्हणाली, "माय गॉड... तो तू होता नीरज." त्या
क्षणाला माझ्या डोळ्यात प्रियंकाने जे बघितलं ते तीच समजू शकते. "आय
ॲम सॉरी यार." पुढे म्हणाली, "नो वंडर मला हे सांगताना तिचे डोळे
पाणावले होते."

"रियली?" मी विचारलं.

"ऑफकोर्स यार. तू आत्ता जसा दिसतो आहेस तशीच ती होती त्या दिवशी."

हे ऐकून मला बरं वाटायला हवं की वाईट, समजत नव्हतं. मनात भावनांचा
समुद्र उसळला होता. "अजून काही बोलली होती?"

प्रियंकाने मान हलवली मग उत्तर दिलं, "नाही. अजून तर काही नाही. आणि
तिचा चेहरा बघितल्यावर मी आणखी जास्त काही विचारलंही नाही. तू आत्ता
जसा दिसतो आहेस ना, तशीच दिसत होती. डिप्रेस्ड वाटत होती. मला
वाटलं मी काही विचारलं तर आणखी दुखावली जाईल, म्हणून गप्प बसले.
पण आता विचारवं लागेल - काय झालं होतं रे?"

"सांगीन कधीतरी... It's not a very happy story."

"हम्म. पण वेगळे का झाले तुम्ही?"

"म्युच्युअली झालो असतो तर वेगळी गोष्ट. पण, मी तयार नव्हतो ब्रेकपला.
I wanted to give us some more time... One more chance."

"हम्म..." प्रियंका तिच्या हाताला बांधलेलं घड्याळ बघून म्हणाली, "चल. ५
चा कॉल आहे."

"Yeah. Let's go."

पुढे स्पृहा बद्दल प्रियंका आणि माझ्या थोड्याफार गप्पा झाल्या. मला सोडून
गेल्याचं स्पृहालाही वाईट वाटलं होतं हे प्रियंकाकडून कळल्यानंतर ज्या
एंडिंग नोटवर आमची कहाणी संपली होती त्यात आणखी काहीतरी उरलंय
असं सारखं वाटत होतं. स्पृहाशी परत एकदा कॉन्टॅक्ट करायचा बेत मनात

चालला होता. ऑफिसमधे प्रियंकाला म्हणालो, "ऐक ना, मी काही विचार करतोय. तुझी हेल्प हवी."

"Sure. बोल ना."

"उद्या स्पृहाचा बर्थडे असतो. तिला... तिला माझ्याकडून विश करशील का?"

"ऑफकोर्स नीरज. त्यात विचारायचं काय? तूच कर ना डायरेक्ट. देऊ का नंबर?"

"नको!" माझ्या मनात आलं, तिचा नंबर मिळून गेला तर तिला कॉल करण्यापासून स्वतःला थांबवू शकलो असतो का. शिवाय तिची पण बोलायची इच्छा असेल का माहित नव्हतं. "तूच कर. प्लीज."

"प्लीज काय अरे. ओके. करीन उद्या." असं म्हणून हसली.

दुसऱ्या दिवशी कॅलिफोर्नियामधे सकाळ व्हायची वाट जास्त बघत होतो. संध्याकाळी प्रियंका आणि मी टपरीवर गेलो. "करू का?" प्रियंकाने माझ्या डोळ्यापुढे तिचा मोबाइल डोलवत मला विचारलं.

"इतक्या लवकर? सकाळचे साडेसहा झाले असतील तिथे."

"तर मिळू दे ना तिला, सकाळी सकाळी सरप्राईझ."

"सरप्राईझ तर ती होईल – in a good way or bad, ते माहित नाही."

"चांगलंच वाटेल तिला यार. इतका नर्व्हस का होतोस. ठीके, साडेनऊला करू. आज इथूनच घेते नऊचा कॉल. पुष्करला सांगते काहीतरी ऑर्डर करून घे आज उशीरा येईन."

"थँक्स यार प्रियंका."

"थँक्स? पैसे घेईन ना मी ह्याचे तुझ्याकडून. मिलियन डॉलर विश आहे आजचा बॉस! मला थँक्स करतोय."

कशेबशे साडेनऊ वाजले. आम्ही परत टपरीवर गेलो. प्रियंकाने फोन हातात घेतला. मेसेज लिहिला, Happy Birthday Spruha! आणि सेंड केला. लगेच ब्लू टिक आला. आणि रिप्लाय, "Thanks!" मग प्रियंकाने दुसरा मेसेज केला, "This was from Neeraj."

मग बराच वेळ ब्लू टिक आलाच नाही. आम्ही दोघंही टक लावून प्रियंकाच्या फोनमधे बघत होतो.

"चिडली वाटतं." मी म्हंटलं, "आलं असेल ना स्क्रीनवर नोटिफिकेशन, उघडत नाहीये ती मेसेज मुद्दाम."

"अरे थांब ना... बघेल ती." प्रियंका मला धीर देत होती.

थोड्यावेळानी मी म्हंटलं चल सोड, जाऊया, तेवढ्यात, "आला आला! ब्लू टिक. बघितला!"

आम्ही बराच वेळ त्या WhatsApp चॅटकडे बघत होतो. त्यावर स्पृहाने थँक्स सुद्धा लिहिलं नाही.

***

एक तो डिसेंबर आणि एक आजचा हा डिसेंबर २०२३.

प्रियंका ऑफिसमधे लंचनंतर आली. मी तिची वाट बघतच होतो. ती डेस्ककडे येत असताना मी तिला हात वेव्ह करून हाय केलं. माझ्या जवळ येऊन कुजबुजली, "मी स्पृहाशी बोलली काल." माझ्या भुवया उंचावल्या, "काय म्हणाली?"

"I think you guys need a long talk."

"कुठे आणि केव्हा? भावच देत नाहीये ती तर मला. आणि CCD किंवा आणखी बाहेर कुठे इतका वेळ बोलता येत नाही. काल वेस्टएंडला अनपेक्षित भेटली होती."

"हो बोलली मला फोनवर. माझ्या घरी भेटा तुम्ही."

दोन सेकंद विचार केला, "That could work! काय म्हणाली तुला ती फोनवर ते तर सांग."

"हॅलो स्पृहा. कशीएस?"

"Hey प्रियंका! मी ठीक. तू सांग."

"We have to meet यार."

"I know! खरंच, भेटूया ना."

"सध्या तर तू नीरजला पण भेटत नाहीयेस."

"त्याने सांगितलं ना तुला, मला कॉल करायला."

"नाही. तो काही नाही बोलला असं. मीच केला आपणहून. तू त्याला भेटत नाहीयेस म्हणाला."

"हम्म."

"चिडलीये त्याच्यावर?"

"हम्म."

“इतक्या वर्षांनी तुम्ही भेटायला लागलात, असं काय करतेस. तुला काय वाटतं इथेच थांबून जाईल सगळं काही न बोलता? बोलूनच ठीक होईल सगळं.”

“बोलायचं तर आहे मला पण.”

“मग?”

“Don’t know... समजत नाहीये. गोंधळली आहे गं मी ऍक्च्युली खूप.”

“I can understand. But talk to him. दुसरा मार्ग नाही. तुझा नंबर जवळ असून तो तुला कॉल करत नाही. कसा थांबवत असेल स्वतःला विचार कर. त्याचा पेशन्स नको टेस्ट करु यार.”

“I know. बिचारा. पण बाहेर नीट सगळं बोलता येत नाही.”

“मी जमवते माझ्या घरी वीकएंडला. ये तू.”

“अगं नको! तुला कशाला त्रास-”

“ए काही त्रास वगैरे नाही. Anything for you guys. मी सांगते तुला वेळ.”

Saturday ला सकाळी अकरा वाजता प्रियंकाकडे पोहोचलो. पुष्करला भेटून बरेच दिवस झाले होते, छान वाटलं. प्रियंकाने सांगितलं स्पृहाला लोकेशन पाठवलंय, रस्त्यात आहे. साडे-अकरा वाजता स्पृहा आली. दोघींनी एकमेकींना मिठी मारली, हाय-हॅलो झालं आणि गप्पा सुरु झाल्या.

थोड्यावेळानी प्रियंका म्हणाली, "बोला तुम्ही, मी जाते आतल्या खोलीत." अगदी कॉलेजची आठवण झाली मला आणि स्पृहाला. स्पृहाच्या एका मैत्रिणीकडे आम्ही असेच भेटायचो. पुष्कर कसल्यातरी कामाने बाहेर गेला आणि प्रियंका आतल्या रूममधे गेली. मी आणि स्पृहा हॉलमधे बोलत होतो. सहज इकडच्या तिकडच्या गप्पा चालल्या होत्या. मग अचानक दोघंही शांत झालो.

"स्पृहा... I am sorry if I hurt you in the past." बरेच वर्ष हृदयावर लादलेलं एक ओझं उतरल्यासारखं वाटलं.

माझ्या डोळ्यात डोळे टाकून म्हणाली, "I am sorry for hurting you too." तिलाही बरं वाटलं असावं.

जिभेच्या टोकावर वाक्य आलं होतं - की तू का सॉरी म्हणतेयेस. पण प्रियंकाने काल काढलेली समजूत आठवली. चुका दोघांच्याही होत्या. म्हणून घेऊ दे तिला पण सॉरी. "जाऊदे आता जे झालं ते." मी म्हणालो. एकमेकांना माफ करून काय आम्ही मोठेपण मिरवणार होतो? पण सॉरी म्हणून देणं जरूरी होतं.

"ठीक आहे आता सगळं घरी?" मी विचारलं.

"हो."

"आणि तू?"

"मी पण OK आहे."

"हम्म." शांत झाली परत. "बोल ना काही."

“चिडली होती खूप. पण आता ठीक वाटतंय. तुला बघतेय आणि बोलतेय तर बरं वाटतंय. परत त्याच grief and rage spiral मधे गुरफटत चाललीये असं वाटत होतं.”

“आता तसं नाही होऊ द्यायचं स्पृहा. We have hurt each other enough.”

“I know.”

“हसबंड सोबत झालं मॅटर सॉल्व?”

“हो झालं. नो बिग डील.”

“गुड. सगळेच नवरा बायको भांडतात स्पृहा. बट अदरवाईज तो चांगला आहे ना? प्रेम करतो तुझ्यावर? खुश ठेवतो ना तुला?”

“खूप. मला समजून घेतो. माझ्या आई बाबांची काळजी घेतो. माझ्याकडे लक्ष देतो, घरच्या कामांमधे पण हेल्प करतो-”

“US मधे करावंच लागतं ना बाई कुठून मिळणार?”

“अरे पण तरी, म्हणजे काय. खूप नीटनेटकं काम आहे त्याचं. आणि इतका चांगला कुक आहे-”

“ओके-ओके! त्याची तारीफ वगैरे नाही ऐकू शकत मी ओके.”

“ओह्sss जेलस हां?”

“स्पृहा...”

“सॉरी, गंमत केली मुद्दाम तुझा चेहरा बघायला.”

“बघितला ना? झालं समाधान?”

“अरे! चिडतोस का?”

मी विषय बदलला, “तू माझ्या गिफ्ट्सचं काय केलं?”

"खरंच सांगू?"

"नको असू दे. आता खूप वाटतं पण - एखादा टेडी बेअर, की-चेन, काहीतरी लपून जपून ठेवायला हवं होतं कुठेतरी. किंवा तुझं एखादं पत्र... ए तुला आठवतं!?" मला तिने लिहिलेल्या एका पत्राची आठवण झाली आणि तेवढ्यात प्रियंकाचा आतल्या खोलीतून आवाज आला. आम्ही दोघंही गप्पांमध्ये विसरलोच होतो की प्रियंका होती आतल्या खोलीत.

प्रियंका फोनवर बोलत बाहेर आली, "अरे काय सांगतोयस, कुठे? कुठे लक्ष असतं रे तुझं?"

काहीतरी झालं होतं. मला कळलं पुष्करशी बोलते आहे. इतक्या निर्धास्तपणे फक्त मला आणि तिच्या नवऱ्यालाच रागावते प्रियंका. तिने कपाळाला हात मारला, फोन ठेवला आणि आम्हाला सांगितलं, "गाडी ठोकली पुष्करने औंधमधे कुठेतरी."

"Oh no! त्याला सांग मला लोकेशन पाठव, निघतो मी लगेच."

"अरे मला जावंच लागेल, पोलीस वगैरे आलेत."

"अगं सलटवू आम्ही दोघं."

"अरे ती गाडी माझ्या नावावर आहे नीरज, मला जावंच लागेल."

"मग मी चलतो तुझ्यासोबत."

"मी पण येते." स्पृहा म्हणाली.

"नाही नाही नको. You guys stay no problem. लंच ऑलरेडी ऑर्डर केलाय मी, ओट्यावर सगळे बॉक्सेस आहेत बघ स्पृहा. बिंधास मायक्रोवेव्ह मध्ये गरम करा, निवांत जेवा. आम्हाला तर उशीरच होईल आता."

"अगं ऐक ना-"

"अरे रियली डोन्ट वरी. तुम्ही थांबा." विडिओ डोर फोनकडे हात दाखवत म्हणाली, "हा इंटरकॉम आहे, कोणीही आलं तर गार्ड पहिले इथे कॉल

करेल. एन्ट्री डिनाय करायची. चल बाय I have to go!" झटकन पर्स उचलली आणि गेली निघून.

आता खरंच सिचूएशन ऑकवर्ड झाली होती. हम तुम एक कमरे में बंद हो. स्पृहा मला बघून म्हणाली, "आता?"

"थोड्यावेळानी तिला कॉल करून सांगूया की आम्ही निघतोय म्हणून."

"या. भूक लागली आहे का?"

"हो थोडी. पण ज्यांच्या घरी आपण ते घरी नाही. कसं जेवायचं?"

दोघांनाही हसायला आलं. "ये, मी वाढते तुला. उपाशी नको राहू." स्पृहा किचनमधे जात म्हणाली.

"अगं असू दे."

प्रियंका लिफ्टनी खाली गेली आणि बिल्डिंगच्या बाहेरून फोन लावला, "हां. जमलंय. आली मी बाहेर. ये मला घ्यायला... अरे इथेच ये ना मी नाही येणार पायी पुढे कुठे... ते कशाला बाल्कनीमधे येऊन बघतायेत... ये तू इकडे लवकर मी उभी आहे."

पुष्कर गाडीने आला, प्रियंका बसली गाडीत. "किती वाजताचा शो आहे? City Pride ना?"

"हो, सव्वा." पुष्कर.

इकडे आमच्या गप्पा चालूच होत्या. इतक्या रंगल्या होत्या की थोड्यावेळापुर्वी ठरवलेलं विसरलो प्रियंकाला कॉल करून सांगायचं कि आम्ही निघतो.

तिथे इंटर्वलमधे थिएटरमधे सगळे उठून पॉपकॉर्न, समोसे घ्यायला जात होते. "तुला आणू काही?" पुष्करने विचारलं

"नको." प्रियंका जरा ऑफ वाटली.

"काय झालं?"

"इतका पण भारी नाहीये पिक्चर. लोकांना काहीही आवडतं आजकाल ह्या खानाचं."

"आणि आपल्या घरचा पिक्चर?"

थोडी विचारात पडल्यासारखी म्हणाली, "पुशी ठीक केलं ना मी? आय रियली थॉट त्यांना निवांत वेळ मिळायला हवा बोलायला."

"ह्या गोष्टींमधे चूक किंवा बरोबर असं काही नसतं पियू. तू त्यांना एकत्र वेळ देऊन योग्यच केलं पण हा वेळ त्यांनी वापरायचा कसा हे आता तुझ्या हातात नाही."

***

"हां... मघाशी काय सांगत होतास रे पत्राबद्दल?" स्पृहाने विचारलं.

"ओह येस, राहिलंच ते प्रियंका गडबडीत निघाली तर. तुला आठवतं तुझं एक पत्र माझ्या काकूला सापडलं होतं!"

"होsss...!! बापरे! कसं मिळालं होतं तिला ते?"

"माझ्या स्कूल बॅग मधून. आणि कशी आहे बघ तिने ते कधी दिलं पण नाही मला. काय लिहिलं होतं त्यात तू?"

"आता कुठे आठवतंय रे. असंच असेल काहीतरी - स्कूलमधे तुझी आठवण येते वगैरे."

"How cute. काकूलाच विचारतो तिने जपून ठेवलं असेल तर."

"ती कशाला ठेवतेय."

"आपल्या लग्नात गिफ्ट करायचं प्लॅन करून ठेवलं असेल तेव्हा तर?"

हसली स्पृहा, "चल रे! तुलाच सुचू शकतात असल्या अचाट कल्पना." आठवणींच्या पेटाऱ्यात काहीतरी शोधत असल्यासारखा चेहरा झाला होता तिचा, "किती प्लॅन्स केले होते ना आपण. सगळे फिस्कटले."

"हो गं. आता बस हा दिवस हा क्षण हिऱ्यांपेक्षा कीमती आहे. तू माझ्या जवळ आहेस, तुझ्याशी बोलतो आहे." मी थेट स्पृहाच्या डोळ्यात बघत होतो. "पुन्हा आपली मैत्री तर होऊच शकते ना."

थोड्या अवकाशानंतर म्हणाली, "आणखी काही अपेक्षा तर नाहीयेत ना तुझ्या."

"काहीच नाही."

"ह्या रिलेशनशिपचं काही फ्यूचर नाहीये नीरज."

"असायलाच हवं का? आपली परत मैत्री झाली ह्या जन्मात हे काय कमी आहे. हे सगळं बोलायला मिळालं हे काय कमी आहे. कित्येक वर्ष आपल्याच मनात हे सगळे कॉन्व्हर्सेशन्स करत बसायचो. तुझ्याशी चार वाक्य बोलायच्या आधी ते मनात चार हजार वेळा विणले असतील मी."

"मी पण."

"एक गोष्ट लक्षात घे स्पृहा, माझं प्रेम कधीच संपणार नाहीये. That doesn't mean की I'll do something about it. खूपशा गोष्टी कायमचा मनातच ठेवून जगत आलोय आणि जगणार आहे मी. And I am okay with that."

स्पृहाच्या मनातलं कदाचित तिचे डोळेच बोलून गेले, 'असं वाटतं परत जगू ते चार वर्ष. आणि ह्या खेपेला एकही चूक न करता.' तिने विषय बदलला. "आपला एक पण फोटो नाहीये सोबत."

"तेव्हा कॅमेरा कुठे होता आपल्याकडे. कुठून काढणारेय. आणि बाबांचा ढापला असता तर निगेटिव्ह डेव्हलप करून फोटो लपवणं काही सोपं थोडी होतं."

"हो ना."

"आत्ता घ्यायचा? सेल्फी?"

हसली स्पृहा, "वेड लागलंय का?"

"अगं ठेवू जपून. पुन्हा काय हा दिवस येणारेय आयुष्यात कधी?"

“घे मग. ये.”

मी सेल्फी काढायला एक हात उंच केला आणि नकळत दुसरा हात स्पृहाच्या खांद्यावर ठेवला. लक्षात येताच हात काढला आणि सॉरी म्हणालो. “अरे ठेव इट्स ओके.” स्पृहा म्हणाली. तरी मी जरा ओशाळलो. स्वतःच माझा हात आपल्या खांद्यावर ठेवून माझ्या जवळ आली आणि म्हणाली, “आता घे.”

मी स्लेफी क्लिक केला, तिला पाठवला. जपून ठेवूया म्हणाली. “आणखी वीस वर्षांनी हा फोटो खूप गोड आठवणी देऊन जाईल.” सोफ्यावर दोघंही आजूबाजूला बसलो. “हसतोयस?”

“हो. खुश आहे आज खूप. हा दिवस आयुष्यात येईल असं वाटलं तर होतं, कधी येईल कसा येईल हे माहित नव्हतं. Thank you so much तू इथे आली आणि मला भेटलीस. असं वाटतंय आज ह्या काही तासांमधे खूप जगून घेऊ तुझ्याबरोबर. खूप काही करायचंय.”

“काय करायचंय नीरज तुला?” मिस्कील हसत म्हणाली.

“पाणी पुरी. पाणी पुरी खायला चलते का?”

खळखळून हसली, “नको.”

“हो तसंही ठेल्यावर पाणी पुरी खायची सवय राहिली नसेल ना आता तुला. असं वाटतंय तुला माझं घर दाखवू, ऑफिस दाखवू. मी कुठे राहातो, कुठे काम करतो.”

“जाऊया नंतर कधी. आज नको.”

“ओके.”

अचानक शांत झालो दोघंही. मग स्पृहा म्हणाली, “एक विचारू?”

“हो बोल ना.”

“रश्मी... रश्मी व्हीलचेयरवर का...?”

"तुला कसं माहित?"

"त्यादिवशी मॉलमधे... मी... चोरून तुम्हाला बघितलं. Sorry, I was very curious to see you, Rashmi, Shivani together."

ते भयानक महिने आठवले मला माझ्या आणि रश्मीच्या आयुष्यातले. चालत खिडकीजवळ उभा राहून बाहेर बघून सांगायला लागलो, "आयुष्यात असा एक दिवस येतो जेव्हा सगळं बदलून जातं. दुर्दैवाने रश्मीसोबत जे झालं दॅट वॉज बियाँड बिलीफ. मागच्यावर्षी रश्मीला ऑस्टिओसार्कोमा डिटेक्ट झाला - बोन कॅन्सर. अनगिनत डॉक्टर्स बघून झाले, साम-दाम-दंड-भेद, इंडियाभरचे कॅन्सर स्पेशलिस्ट, किमो, सगळ्या प्रकारच्या पॅथी, ही स्कोपी ती स्कोपी, नवस, काय नाही केलं. मेटास्टेसिस अव्हॉइड करायला उजव्या पायाची किंमत द्यावी लागली. ती ऑपरेशननंतर कॉन्शिअस झाल्यावर तीन दिवस सारखी रडतच होती. मला म्हणाली की विष देऊन मारून टाक कोणाला नको सांगू. अशी कशी जगू. काय करू जगून. पुढले सहा महिने तिची समजूत मी कशी काढलीये मलाच माहितीये. हळूहळू वॉकरची प्रॅक्टिस झाली. आता घरी वॉकरच्या सपोर्टनी ठीकठाक जमतंय पण फार वेळ उभी नाही राहू शकत. आणि म्हणून बाहेर जायला आवडत नाही तिला. तिच्यामुळे फार अडकून जातो मी असं म्हणते. बिचारी. मला म्हणते सोडून दे मला. असं कसं सोडू. मी सोडून दिलं तर खरंच मरून जाईल ती."

"शिवानी खूप समजुद्दार आहे."

"हो. खरंच. कौतुक आहे तिचं."

तिच्याकडे वळलो आणि विचारलं, "अगं तू बोलली होती एक वर्ष सबॅटिकल का घेतलाय नंतर सांगीन म्हणून?"

"हम्म. ट्रीटमेंट घ्यायला आली इथे."

"ट्रीटमेंट? एक वर्ष?" मला धडकी भरली, "तुला काही झालेलं नाही ना स्पृहा?"

"बाळ."

"हां?"

"बाळ नाही झालं रे मला."

अतिशय वाईट वाटलं. बराच वेळ काही बोललोच नाही. "सॉरी... मला... काहीच कल्पना नाही. मी विचारलं पण नाही तुला."

"नशिबाचे खेळ."

"पण... I mean...?"

"प्रॉब्लेम शेखरमधे आहे. पण हे आम्ही कोणालाच सांगितलेलं नाहीये. मला ट्रीटमेंट घ्यायची नव्हती. लास्ट मन्थ बाबा खूपच चिडले. सगळं सोडून इथे या म्हणाले. इथे आपल्या ओळखीचे डॉक्टर्स आहेत. इथे ट्राय करा वगैरे वगैरे. शेवटी त्या प्रेशरमुळे आली. त्यांना कसं समजावू की मला नकोय ट्रीटमेंट? माझी अजिबात इच्छा नाहीये ट्रीटमेंट घ्यायची."

"पण मग... काहीतरी तर करावं लागेल ना."

"माहित नाही. बघूया."

तासभर आमच्या गप्पा चालल्या. स्पृहाचा फोन वाजला. "शेखर आहे."

"हां शेखर?... जावंच लागेल का?... मग बाबांना तू समजाव... हो मी प्रियंकाकडे आहे... हो एक, चार वाजे पर्यंत... तू तोवर बाकीची पॅकिंग कर. आणि मला लिस्ट WhatsApp कर. मी येताना घेऊन येते... ओके. बाय."

फोन कट केला आणि माझ्याकडे बघून म्हणाली, "शेखरला अर्जेन्ट्ली US ला जावं लागतंय ऑफिसच्या कामासाठी."

"तू पण चाललीये?"

"नाही. अरे त्याला इथून रात्रभर काम करावं लागतंय... काही मीटिंग्स तिथे जाऊनच कराव्या लागतील म्हणाला."

"मग निघायचंय तुला?"

"थांबली असती संध्याकाळपर्यन्त पण आता थोडं लवकर जावं लागेल."

"ओके. मी ड्रॉप करतो तुला."

"नको नको. कॅबनी जाईन."

***

Tuesday ला स्पृहाचा मेसेज आला, "आज भेटू शकतो?"

"Hi स्पृहा. आज थोडं मुश्किल आहे. खूप मीटिंग्स आहेत."

ब्लू टिक दिसला. काहीतरी लिहिण्याचा संकल्प करून परत मागे सरत होती. बरेच वेळा टायपिंग... आलं आणि गेलं. माझ्या लक्षात आलं. मीच तिची तळमळ सारायला मेसेज केला, "काय झालं?"

आता न थांबता एका दमात तिचा मेसेज आला, "तुला खूप बघावंसं वाटतंय. पण सॉरी, तुझं ऑफिस वगैरे सांभाळ."

"स्पृहा... असं नको करूस प्लीज. माझ्या एक-दोन मीटिंग्स आहेत, त्या झाल्या की तुला कॉल करतो. ओके?"

"हम्म."

माझ्या सगळ्या मीटिंग्स एक्सटेन्ड झाल्या. अव्हेलेबल असलेले स्लॉट्स आणखी लोकांनी ब्लॉक केले. फायनली संध्याकाळी सातला फ्री झालो. स्पृहाला कॉल केल्या-केल्या एका रिंगेत तिने उचलला, "किती वेळ नीरज? थकली वाट पाहून मी."

"सॉरी गं, लांबतंच गेले कॉल्स. कॉल्सच्या मधल्या वेळात इमेल्स. You know how it is. इतकी आठवण येते आहे का?"

"हो. खूप."

"असं नको करू स्पृहा. स्कूलमधे असल्यासारखी काय करतेस. मोठे झालोय आता आपण..." काही आवाज नाही आला. "हॅलो? ... हॅलो?"

"बोल ना अजून. काढ ना माझी समजूत. खूप छान वाटतं."

"स्पृहा आपण इन्व्हॉल्व्ह नाही होऊ शकत. एकमेकांमधून एकमेकांना बाहेर काढायला खूप त्रास होईल."

"तूच धीर दे त्यासाठी पण."

"मी तर आहेच तुझ्यासोबत नेहमी."

“बस्स. इतकं बरं वाटतंय हे ऐकून नीरज... मला खूप आठवण येतेय रे. I want to see you.”

मी लांब श्वास टाकला, “उद्या भेटू. ओके?”

“आज घरी जाताना येऊ शकतोस का? बस्स पाच मिनिट. तुला बघून घेईन.”

“स्पृहा... आलो असतो पण... रश्मीला बरं नाहीये, आज मेड पण नाही आली. शिवानीच्या एक्झाम्स चालू आहेत, मला घरी जाऊन तिचा अभ्यास, जेवण-खावण, आवर-सावर सगळंच आहे.”

काही सेकंद बोललीच नाही, मग, “ऑफकोर्स. सॉरी, तुझा संसार आहे हे विसरलीच होती.”

“उद्या तुला पिक करतो अकरा वाजता. ओके?”

“हम्म.”

“बाय...” परत आवाज बंद. “बाय तर म्हण.”

“बाय.”

आज भेट नाही झाली तर खूप हिरमुसली होती स्पृहा. मी पण नाराज झालो होतो पण तिला तसं दाखवलं नाही. असं करून कसं चाललं असतं. कोणीतरी एकानी तर खंबीर राहाणं गरजेचं होतं. ह्या गोष्टींमधे बाहेरचं जग सांभाळण्यापेक्षा आपल्या आतलं जग सांभाळणं जास्त कठीण. मला सुद्धा तिला कधी बघतो असं झालं होतं. हीच क्रिटिकल वेळ असते जेव्हा कोणालातरी एकाला पुढलं पाऊल थांबवणं जरूरी असतं. इथे निसटलं तर किती खोलवर घसरू शकतो हे कोणीच सांगू शकत नाही.

झोपायला उशीर झाला. झोप लागायला आणखी उशीर झाला. एक वाजता डोळा उघडला तर WhatsApp बघितला. स्पृहाचा चॅट उघडला, ऑनलाईन दिसत होती. ती पण माझाच चॅट बघत होती की काय. मेसेज करणार होतो की झोपली नाही का पण रोखलं स्वतःला. एक-दोन तास जरा झोप लागलेली पुन्हा मोडली. सव्वा-तीनला परत WhatsApp बघितलं, स्पृहा लास्ट सीन २:५७. रात्रभर जागते आहे की काय.

उद्या स्पृहाची समजूत काढावी लागेल असं ठरवलं. मोठं लेक्चर द्यावं लागेल. रात्र सरायची वाट पाहात होतो. पहाटे पहाटे झोप लागली असावी.

सहाचा अलार्म ढग गडगडल्यासारखा वाजला. सकाळची तयारी, शिवानीची तयारी, तिला बस-स्टॉपवर सोडणं, रश्मीची हेल्प, ब्रेकफास्ट, सगळ्या सांसारिक विधी आटोपल्यावर दहाला घरून निघालो. स्पृहाला कॉल केला, "Hi स्पृहा. गुड मॉर्निंग. निघालोय मी. सॉरी अकराची वेळ ठरली होती, सगळं आटोपलं तर लवकर निघालो. तुला वेळ आहे का? मी कुठेतरी चाय सुट्टा मारून येतो."

स्पृहा इतकी खुश वाटली की काय सांगू, "ये लवकर! मी तयार आहे. आणि सिगरेट बंद कर."

अगदी गर्लफ्रेंडसारखी हक्कानी बोलली की सिगरेट बंद कर. खूप छान वाटलं. करणार नव्हतो ह्यात वाद नव्हता. भावनांच्या भरात कोणाचं काय नाही ऐकावं आणि कोणाला काय कमिट नाही करावं हे खूप चांगलं शिकलो होतो मी.

बिल्डिंगखाली पोहोचलो. स्पृहा अतिशय आनंदाने येऊन गाडीत बसली. बघतच होती फक्त माझ्याकडे. "काय झालं स्पृहा," मी लाडात विचारलं, "अशी एकटक काय बघतेयेस."

लांब श्वास घेतला तिने आणि मग पुढे बघायला लागली. मी गाडी पुढे काढली. थोड्यावेळानी स्पृहाचा चेहरा बघितला तेव्हा डोळे मिटून मंद हास्य करून होती. इतकी गोड दिसत होती. मला तिचा तो आनंद भंग नव्हता करायचा म्हणून त्या क्षणाला काही बोललो नाही. पण जे मी बघत होतो ते फार सैराट वाटत होतं, बेफाम वाटत होतं. स्पृहाला आटोक्यात आणणं आणखीनच जरूरी वाटत होतं. मी पण जर तिच्या प्रवाहात मिसळून गेलो असतो तर हा संगम कुठल्याकुठे वाहून गेला असता देवालाच माहित. कसेबसे मी माझे इमोशन्स कंट्रोल करत होतो.

मी हळूच आवाज दिला, "स्पृहा..."

क्लासमधे टीचरनी चॉक मारल्यासारखी शुद्धीवर आली, "हां? काय?"

"अगं काहीच बोलली नाहीयेस आल्यापासून. आपल्याच धुंदीत आहेस. जायचं कुठे ते तर सांग."

आज स्पृहाचा रंगच काही निराळा होता. डोळ्यात चमक, गालावर गुलाबी, केसांची बट समोर खांद्यावर आणलेली आणि एका कानापासून दुसऱ्या कानापर्यंत गाल भरून हसत होती. तिला असं बघून मीच हळूहळू विरघळत चाललो होतो. अगदी स्कूल मधली स्पृहा आठवली.

माझं भान कुठेतरी मला मागे खेचत होतं. मी परत विचारलं, "स्पृहा सांग ना... कुठे जायचं?"

स्पृहाने माझ्याकडे मान वळवली, "दूर चल कुठेतरी. पुणे दर्शन नको. ह्या ट्रॅफिक मधून बाहेर काढ कुठेतरी निवांत."

मी हिंजवडीकडे गाडी घेतली, लवासाला जाऊया म्हंटलं. गप्पा चालल्या होत्या. फेज-टू आल्यावर स्पृहा तिच्या जुन्या ऑफिसकडे बघत होती.

गप्पा मारत आम्ही लवासाला पोहोचलो. मी डॅमच्या जवळ एका झाडाखाली गाडी थांबवली. गाडीतून उतरलो आणि विचार करतच होतो विषय काढायचा तेवढ्यात स्पृहा म्हणाली, "तुला कायाकिंग आवडतं?"

"खूप!"

"चल करूया."

मी तिकिटं काढली. आम्ही कायाकिंग पिअरला गेलो, लाईफ जॅकेट्स घातली आणि कायाकमधे बसलो. किती छान होता हा दिवस. वीकडे असल्यामुळे गर्दी पण नव्हती. पूर्ण लेकमधे आम्ही दोघं आणि आणखी एक कपल. ते जरा लहान वाटत होते पण आमच्यापेक्षा. स्पृहा म्हणाली, "ते बघ. लव्ह बर्ड्स."

हसलो आम्ही. कायाकिंग करून झाल्यावर लंच करायला 'एकांत'मधे गेलो.

थोड्यावेळानी वॉक करत असताना आम्हाला परत ते कपल दिसलं. एका झाडाखाली बसून किस्स करत होते. आम्हाला अनपेक्षित बघून जरा दचकले. आम्ही इग्नोर केलं. स्पृहा म्हणाली, "बघू नकोस रे! चालू दे त्यांचं."

"अगं मी कुठे बघतोय?" मी पुढे म्हंटलं, "पुण्यात हे बरंय. डिसेंबरची दुपार सुद्धा सुसह्य असते बाहेर पायी फिरायला."

"आणि आपलं नागपूर?"

"शिवानी म्हणते ते 'आगपूर' आहे. N सायलेंट."

"सॅन फ्रँसिस्को मस्त आहे. तू कधी आला आहेस तिकडे?"

"न्यू यॉर्कला गेलो होतो काही वर्ष आधी. SFO ला येणारेय नेक्स्ट इयर."

"जेवायला येशील मग माझ्या घरी."

"बिलकुल नाही."

"अरे त्यात काय?"

"स्पृहा कितीही झालं तरी तुझ्या घरात तुझ्या नवऱ्यासोबत नाही बघू शकत तुला मी. इतकंही मोठं मन नाहीये माझं."

"I know रे. फिरकी घेतेय तुझी."

परत डॅम जवळ आलो गाडी लावली होती त्या ठिकाणी. तिथल्या छोट्याशा गार्डनमधे गेलो. झाडांच्या सावलीत उभं राहून डॅम बघत होतो. आता मी ठरवलं, स्पृहाला सांगतो की हे असं बाहेर निघणं बरोबर नाही आणि दोघांनाही एकमेकांचे इमोशन्स सांभाळावे लागतील. स्पृहा डॅमकडे बघत होती. कुठल्यातरी खोल विचारात होती असं वाटलं. आम्ही दोघांनी एकमेकांना एकाच वेळेस आवाज दिला!

"तू बोल आधी." स्पृहा म्हणाली.

"नाही तू बोल."

आम्हा दोघांमधल्या डॅमची भिंत निथळत्या पाण्याने खचत चालली होती. स्पृहाने तिच्या मनःसागरात रोखून ठेवलेल्या बेधुंद लहरींना शेवटी उधाण भरती उठली. ती समजूत काढण्याच्या पलीकडे निघून गेलेली होती. मी आता माझीच समजूत कशी काढणार होतो हा मोठा प्रश्न होता.

"नीरज... मला बाळ हवंय. तुझं."

मध्यंतर

वेगळ्याच झोनमधे होती. स्कूल-कॉलेजमधे मी तिचा इम्पल्सिव्हनेस बघितला होता but that was for temporary situations. This was not impulsive. This was decisive. खूप विचार करून बोलली होती ती. आणि तिचा निर्णय झाला की विषय संपला हे मला माहित होतं. कोणाचं ऐकणाऱ्यातली नव्हती स्पृहा. माझं सुद्धा नाही. आणि ह्याचा अनुभव तर आम्हाला दोघांना होताच.

गेल्या काही महिन्यांपासून रोज रात्री झोपताना तिचे विचार असायचे. आज मी टोटली ब्लँक होतो. आता हे काही गंमतशीर, फक्त जुन्या प्रेमींच्या भेटी गाठी आठवणी आणि परत मैत्री करण्याजोगी राहिलं नव्हतं. मी एकमेकांना इमोशनली सपोर्ट करून सगळं नॉर्मल्सीवर आणायचा प्लॅन डोक्यात ठेवून गेलो होतो. देवा. ही काय परिस्थिती समोर आणून ठेवलीस. हे काय केलंस स्पृहा. काय मागितलंस हे.

झोप उडाली होती. रात्रभर फोन सुद्धा बघितला नाही.

लहानपणापासून स्पृहा मला भुरळ घालत आलीये. मला तू आवडतो म्हणाली, मग प्रेमात पडली, थोडे मोठे झाल्यावर मला ही रिलेशनशिप नकोय म्हणाली, मग परत पॅच-अप करायला आली, कशीबशी त्यातून सावरली आणि आज इतके मोठे झाल्यानंतर परत माझ्या आयुष्यात येऊन ही अभूतपूर्व मागणी केली.

मोठे झालो होतो का आम्ही खरंच? स्पृहा अजूनही ह्याच भ्रमात होती की नीरज तर माझं ऐकलंच? भ्रम? तिचा भ्रम होता हा खरंच? की ठाम विश्वास?

आजची ही भेट आयुष्यात पुढे कुठल्या अनाकलनीय वळणावर नेऊन सोडणार होती, फक्त नियतीला ठाऊक होतं.

**

"शनिवारी हरतालिका आहे. मी तुझ्या नावाचा कडक उपवास करणार आहे पाणी सुध्दा नाही."

"कशाला?"

"तू मिळावा म्हणून."

"तुझाच आहे ना मी. त्यासाठी उपाशी राहून काय होणारेय. उगाच जीवाला त्रास. आज तर तापातून उठलीयेस."

"मला माहित नाही. मी ठरवलं आहे. आम्ही सगळे उद्या संध्याकाळी टेकडीच्या मंदिरात जाऊ. तू ये तिथे. तुझा हात धरून बाप्पाला मागून घेईन तुला. दोघंही प्रार्थना करू."

"स्पृहा काय हे लहान मुलांसारखं?"

"लहान मुलं करतात का हे सगळं?"

"You know what I mean, काय हट्टीपणा. आणि मंदिरात उद्या आम्ही पण चाललोय."

"परफेक्ट! सांगूनच देऊया का मग सगळ्यांना?" हसली असं म्हणून.

"पागल आहे का?"

"का, हिम्मत नाहीये?"

"प्लीज. हिम्मत खूप आहे. मला जगापुढे कबूल करायला काही भीती नाही की माझं तुझ्यावर प्रेम आहे. तुझ्या बाबांनाही सांगून देईन हवं तर. पण अजून योग्य वेळ आलेली नाही."

"येईल तो दिवस तेव्हा बघू सो, ठरलं. उद्या आपल्याला एकमेकांचा हात धरून नमस्कार करायचा आहे."

"कसं जमणारेय? काहीतरी काय? दोघंच जाऊयाना कधीतरी नंतर मंदिरात गर्दी नसेल तेव्हा."

"ऐक माझं! उद्या! मी पण तुला मनापासून हवी असीन तर येशीलच तू."

"माझ्या प्रेमाची परीक्षा घेतेयेस का?"

"तू येणार आहेस की नाही?"

"ओके."

"गुड बॉय. वेळ जमव फक्त. आम्ही सहाला पोहोचू. आणि तिथे माझ्या आस पास राहा. बाकी तुझा हात कसा धरायचा मी बघते."

"उगीच स्पृहा काहीतरी ऍडव्हेंचरस खेळ."

"म्हणायला खेळाची गंमतही आणि आपल्या लग्नाची मागणी, गणपतीला. भेटू उद्या!"

फोनवर स्पृहाशी संध्याकाळी बोलणं झालं आणि दुसऱ्या दिवशी संध्याकाळी टेकडीवरच्या गणपतीला ती म्हणाली ते कसं घडेल ह्याची स्वप्न रंगवीत होतो. मॅच असली कि नागपूरच्या टेकडी गणपतीला सचिन तेंडुलकर अनोळखी वेषात दर्शनाला यायचा असं कित्येक वेळा ऐकलं होतं. त्याची इच्छा पूर्ण होत असेल, आमचं बघूया उद्या काय होतंय ते. वेष बदलायची गरज नाही.

टेकडीच्या गणपतीला पायऱ्या चढून पोहोचलो तेव्हा सबंध परिसरात माझी नजर स्पृहाच्या शोधात भिरभिरत होती. मधोमध गणपतीच्या मंदिराचा गाभारा आणि भोवती छोटी छोटी असिस्टंट देवांची मंदिरं. जागोजागी कापराच्या ढिगाचा विस्तव आणि सुगंधित उदबत्त्यांच्या गुच्छ्यांचा आल्हाददायक दरवळ. चप्पल टेकडीच्या पायथ्याशी बाहेरच्या दुकानात ठेवण्यापासून ते नारळ फोडण्यापर्यंत आईने एव्हाना चार वेळा विचारलं असेल, "कुठे लक्ष आहे तुझं? भलतीकडेच चालतो आहे? अमिताचा हात धरून चाल ती भटकायला लागलीये इकडे-तिकडे. गणपतीला सांग जरा जवाबदारी समजायची अक्कल दे म्हणा." मला आईने रागावलं की अमिताला अपरंपार दुःख व्हायचं, "दादा माझा हात धरून चाल ना. उगाच मग आई ओरडते तुला." असं वाटलं की सांगून टाकू अमिताला, की अगं तुझ्या वहिनीचा हात धरायला आलोय तिला शोधतोय गं बाई.

इतक्या लांबच्या गणपतीला मी सहसा जायचो नाही. शिवाय गर्दी. त्या देवाला आपल्याकडे पाहायला वेळ तर मिळायला हवा ना? एवढ्या माणसांच्या लोंढ्यात कसला त्याला मी आणि स्पृहा दिसणारेय? भविष्यात तसंच काहीतरी झालं. प्रार्थना खरंच वाया गेली. गणपतीला आम्ही दिसलोच नसू.

आरतीची वेळ होत आली. स्पृहा अजूनही कशी दिसत नाही? मी म्हंटलं एकदा आरती सुरु झाली की मागे-पुढे मान वळवून बायका-पोरींमधे कसं शोधणार स्पृहाला? लफूट पोट्टा समजून चांदोरकर सरांसारखं कोणीतरी खेकसायचं - "कार्त्या समोर बघ देवाकडे!"

मी आईला म्हणालो, "शंकर! शंकराचं मंदिर राहिलं आई!"

"अगंबाई हो खरंच."

तेच एक ठिकाण राहिलं होतं. तिथेच होती स्पृहा. सोबत तिचे आई, बाबा आणि ताई. सगळे प्रदक्षिणा मारत होते. तिरप्या नजरेनी तिने नोटीस केलं कि मी आलोय. मी इकडे-तिकडे पुढे-मागे लुडबुड करत स्पृहाच्या जवळ यायच्या प्रयत्नात यशस्वी झालो. मी तिच्या कुटुंबात घुसायला हवं की तिने माझ्या? प्रदक्षिणा घालत असताना माझं नीट लक्ष गेलं - स्पृहा फार वीक दिसत होती. तिचा रंगच उडाला होता. काल तापातून उठलेली, आज दिवसभर कडक उपवास. मला दिवसभर आईच्या हातचे दाण्याचे लाडू, साबुदाण्याची उसळ दही, राजगिरा वगैरे खालल्याचं फार वाईट वाटलं. स्पृहा बिचारी उपाशी. असं वाटलं तिला तिथून थेट हल्दीरामला जेवायला घेऊन जाऊ - काय हा वेडेपणा, खा बघू आधी नीट.

क्षणार्धाकरिता आम्ही एकमेकांना पाहिलं आणि आरतीची घंटा वाजू लागली - माझ्यात नाही, गणपतीच्या. गाभाऱ्यातून आरती ऐकायला येऊ लागली आणि सगळे त्या दिशेने घाईत वाट काढायला लागले. अमिताला म्हंटलं "आईचा हात धरून हो पुढे पटपट मी आलोच!" माझा हात मोकळा हवा होता ना. आरतीला पोहोचलो तोवर आम्ही अनवाणी गर्दीतून चपळाईने सरकत सरकत बरोबर एकमेकांच्या शेजारी आलो. मी स्पृहाकडे चोरून बघितलं तेव्हा तिच्या चेहऱ्यावर दैवी स्मित होतं. एक लेव्हल पार झाली होती. आता हात धरायचा होता. आरती चालू असताना टाळ्यांच्या गजरात कसं

जमणार होतं? एका हाताने टाळी वाजत नाही म्हणतात ते असंच का? काही का असेना, मंदिरात स्पृहाच्या बाजूला उभं राहून गणपतीची आरती करताना फार छान वाटत होतं. मधेच असं मान दुखल्यासारखी करून वळवून चोरून तिची झलक घेत होतो. चमत्कारिक अनुभव होता. आमच्या घरच्यांना सांगून टाकलं की आमचं प्रेम आहे तर कित्ती मज्जा येईल. मंदिरातच होतो त्यामुळे खोटं बोलायचा प्रश्नच नव्हता, प्रसंगानुरूप कबुलीला कदाचित आशीर्वादच मिळाला असता. भाव शुद्ध. प्रेम शुद्ध. मग वाटलं नको - दोघांचे आई बाप घरी गेल्यावर आमची शुद्ध काढतील.

आरती झाली, मंत्रपुष्पांजली झाली, फुलं वाहून झाली. कळस मात्र अजूनही गाठता आलेला नव्हता. पाच मिनिट तिथे मांडी घालून बसलो तेव्हा भावी सासरे स्पृहाला घाई करताना दिसले. ते लोक निघाले. नाईलाजाने स्पृहाला निघावं लागलं. इकडे आई पण म्हणाली, चला. आता?

मी म्हंटलं होतं स्पृहाला की मंदिराच्या घाईगर्दीत तिचं ईप्सित घडणं शक्य नव्हतं.

"मी आलोच डोकं टेकवून तुम्ही व्हा पुढे." अमिता आईचा हात धरून गेली. मी बाप्पा समोर उभा झालो, वाकलो आणि डोकं टेकवलं. अचानक उजव्या हातावर एक नरम हात चार-पाच सेकंद मला अलगद धरून होता. वज्रासनात उठलो तेव्हा बाजूला स्पृहा हात जोडून डोळे मिटून मनापासून काहीतरी मागत होती. गर्दी अजूनही भरपूर होतीच पण क्षणभर वाटलं मंदिरात आम्ही तिघंच आहोत - मी, स्पृहा आणि गणपती.

मी दुसऱ्या दिवशी स्पृहाला कॉल केला.

"कसं वाटतंय?" मी विचारलं.

"एक नंबर. जमलं ना काल बघ! मी म्हंटलं ना तुला!"

"अगं मी तब्येत विचारतोय. किती डाउन होतीस काल."

"कालच्या दर्शनानंतर खूप फास्ट रिकव्हर होते आहे." हसत होती.

"पण तुम्ही लोकं तर निघाले होते ना? काका, I mean - बाबा घाई करत होते."

"अरे जस्ट पायऱ्या उतरणार होतो, I was like - नाही नाही यार! जे ठरवलं ते तर व्हायचंच राहिलं! मी कुठल्याही हालतीत तिथून जायच्या तयारीत नव्हती. आणि तितक्यात मला अमिता आणि तुझी आई दिसल्या पण तू नव्हता. मला इंस्टंटली वाटलं की तू आत असशील. आईला म्हणाली माझं डोकं टेकवायचं राहिलं! बाबा म्हणाले असू दे आता. आई म्हणाली जा लगेच! धाव्वत आत आली तर तू डोकं टेकवून होता. चटकन तुझ्या शेजारी आली!"

"इतकं प्रेम करतेस का गं स्पृहा."

"हो. पण तरीही तू जास्त करतो."

"जमवलंच तू कसंही करून हां."

"मग! ठरवलंच होतं मी. तुझा हात धरून नमस्कार केल्याशिवाय कुठल्याही परिस्थितीत तिथून गेली नसती."

"आणि हा चान्स हुकला असता तर?"

"नाही हुकला ना."

"असता तर काय?"

स्पृहा थोडीशी थांबली आणि मग खंबीरपणे म्हणाली, "तर मग सगळ्यांसमोर तुझा हात धरून घेतला असता. बघितलं असतं पुढचं पुढे."

***

डेस्कवर डोळे मिटून बसलो होतो.

"कसा होता कालचा दिवस?" प्रियंकाने विचारलं.

आठवणीतून वर्तमानात हळूहळू डोळे उघडले. गप्प होतो. "काय झालं?" तिने परत विचारलं.

"खाली चल."

चहा घेतला. "आज सिगरेट नाही?"

"नाही. नको."

"अरे वा! स्पृहा म्हणाली की काय?"

"ती जे म्हणाली त्यानी कमी आग नाही लागलीये सगळीकडे."

"असं काय बोलली स्पृहा?"

"बाळ हवंय तिला."

"ओह्sss... म्हणून आलीये का एक वर्ष सबॅटिकलवर? ट्रीटमेंट वगैरे घेतेय की काय?"

"हो पण ट्रीटमेंट नकोय तिला."

"म्हणजे? मग बाळ कसं होईल?"

"माझं."

पहिले दोन सेकंद तर समजलंच नाही प्रियंकाला. मग, "काय??" शॉक लागल्यासारखे डोळे विस्फारले तिचे.

"माझं बाळ हवंय म्हणाली."

प्रियंका थोडावेळ माझ्याकडे बघतच राहिली. "चहा घे. गार होईल." मी म्हंटलं.

प्रियंकाचा अदरवाईज खणखणीत असलेला आवाज बसलाच. खरजातनं बोलली, "मीच गार पडलीये. Is she sure about this?"

"असं म्हणाली तर खरं."

एका हाताने डोळ्यावर येणारा सूर्यप्रकाश अडवीत म्हणाली, "मग आता?"

"तू बोलते का तिच्याशी?"

"नाही नाही थांब. मला विचार करू दे. तुझी काय इच्छा आहे?"

"कसली इच्छा बे पागल आहे का?? चान्सच नाहीये!"

"गॉड. We have to think about this."

"What think? There is no way we can do this!"

"तिच्याशी बोलला?"

"नाही. I need you to help me with this. तिला समजवावं लागेल. And I can't do it alone."

"Sure. मी आहेच तुझ्यासोबत. पण... लेट मी थिंक. चल माझा कॉल आहे, बोलूया नंतर."

"या. ओके."

लंचनंतर स्पृहाचा WhatsApp आला. "काय करतोय."

मी रिप्लाय केला नाही. संध्याकाळी तिने कॉल केला. तिच्या आवाजातच माझ्या अंतरीची ओढ आणि आठवणीची व्याकुळता स्पष्ट जाणवत होती. "Hi नीरज. बिझी होता का रे दिवसभर खूप? माझ्या मेसेजचा रिप्लाय पण नाही केला."

"हो अगं... आज खूप कॉल्स होते."

"निघालास घरी?

"हां बस्स, निघतोय."

"कार मधून कॉल करशील?"

"...करतो."

***

दहावीच्या रिझल्टनंतर ऍडमिशनपर्यंत भेट नव्हती झाली तेव्हा स्पृहाची अवस्था अशीच होती. केविलवाणी. माझ्या शिवाय तिला काही दिसतच नव्हतं. मी लुना मिळाल्यानंतर सहज स्कूलमधे फेर-फटका मारायला गेलो होतो. इन्सिडेंटली मी परत येताना स्कूल सुटायची वेळ झाली होती. माझा परतीचा रस्ता स्पृहाच्या घरावरून जायचा. माझ्या मनात आलं स्पृहा तिच्या रूम-मधल्या खिडकीत बसून माझी झलक मिळायची वाट पाहात असेल का. ती तिच्या स्कूलमधून लवकर आलेली असली तर बरेच वेळा असं व्हायचं. मी लुनाने तिच्या घरावरून गेलो तर खरंच स्पृहा तिथेच बसून माझी पास व्हायची वाट बघत होती! अक्षरशः रडकुंडीला आली होती. मी लगेच जवळच्या एका PCO वरून तिला फोन केला.

"स्पृहा! Hi!"

खूप चिडली होती, "कुठे आहे तू? रिझल्टनंतर एक फोन नाहीये तुझा! तुझ्या घरी दुपारी कोणी फोन उचलत नाही. रात्री केला की तुझी आई उचलते."

"सॉरी यार. सुट्ट्या लागल्यापासून भंडारा, अमरावती, अकोला हेच चाललंय."

"आणि मी? विदर्भात बाकी कुठे PCO नाहीये का?"

"सॉरी ना स्पृहा. मला पण येते आहे तुझी आठवण."

"खोटं नको बोलू. काही खंत नाहीये तुझ्या आवाजात. मज्जा चाललीये तुझी. बोलूच नको तू माझ्याशी."

"अगं! असं असतं तर मी बरोबर शाळा सुटायच्या वेळेला इथून गेलो असतो का? मला अगदी वाटलं नेहमीसारखी तू माझी वाट बघत खिडकीजवळ बसली असशील. आणि बघ - खरंच होती."

"हो ना बरं झालं. नसती तर आणखी किती दिवस तू फोन नसता केला माहित नाही."

"अगं स्पृहा..."

"नीरज उद्या प्लीज भेट कसंही करून नाहीतर मरून जाईन मी."

"प्लीज असं काहीतरी बोलू नको. उद्या भेटूया पक्कं."

जरा शांत झाली. नाक पुसायचा आवाज आला मग बोलली, "ही लुना कुठून आली?"

"हीच तुझ्यापर्यंत पोहोचवणार आहे आता. कशी आहे?"

"खूप फनी आहे. बंदर दिसतोय तिच्यावर तू. मला स्कूटी मिळाली आहे."

"सही! आता रडू नको प्लीज. उद्या भेटूया. Temptations?"

***

मी रश्मीला ऑफिसमधून निघाल्याचा कॉल केला मग स्पृहाला लावला, अर्ध्या रिंगमधे उचलला तडक, "Hi! बोल."

"स्पृहा..."

"हां बोल ना."

"स्पृहा, I was thinking..."

"नीरज, मी खूप विचार करून बोलली जे बोलली ते."

"अगं पण... I mean, कसं हे सगळं..."

"पुढचं तू बघ ना कसं करायचं. ते सगळं मी कसं करू?"

स्पृहाचा खंबीरपणा आणि आत्मविश्वास was not a surprise at all. "मी... मी सांगतो तुला."

"ओके. नीट जा घरी. बाय."

"हम्म. बाय."

अशी सिचूएशन येईल हा विचार तर स्वप्नातही नव्हता केला कधी. आता काय करू? काहीच समजत नव्हतं. स्पृहाला नाही कसं म्हणू, तिची समजूत कशी काढू. नकार दिला तर पुन्हा कदाचित कधीच माझ्याशी बोलणार नाही ती. पुन्हा मला सोडून चालली जाईल. ती जे म्हणत होती ते घडणं काही अशक्य होतं असंही नाही. अनेक प्रश्न मला भेडसावत होते. ऍझ युजुअल स्पृहाने मला विचारलं नव्हतं - सांगितलं होतं. गृहीत धरून की मी हे करीनच. नाही म्हणणार नाही. माझा काही निश्चय होत नव्हता. तिने विचारलं असतं तरी काय मी खरंच नाही म्हणू शकलो असतो का? नेमकं काय करू? एकीकडे वाटत होतं की स्पृहाचं आई व्हायचं स्वप्न पूर्ण होईल. पण ह्या रीतीने तसं करणं योग्य होतं का? आणि बाकीच्या गोष्टी - ह्याची सीक्रसी, मेडिकल रेकॉर्ड्स्, इतक्या वर्षांनी अचानक कसं काय जमलं, हे सगळं ती कशी मॅनेज करणार होती? तिच्याकडे काहीतरी प्लॅन असावा. मला हे सगळं तिला विचारणं काही योग्य वाटत नव्हतं. मी ठरवलं उद्या प्रियंकाला स्पृहाशी बोलावंच लागेल की तिच्या डोक्यात नेमकं काय चाललंय.

दुसऱ्या दिवशी प्रियंका आणि स्पृहाचं बोलणं झाल्यावर प्रियंकाने मला पिंग केलं. "चल खाली."

आम्ही खाली गेलो टपरीवर. "समजावलं तू तिला? पटलं तिला?" मी प्रियंकाला विचारलं.

"She has a plan. And a good one. Next two weeks मधे सगळं झालं पाहिजे. ट्रीटमेंट घेतली असं दाखवेल. क्लिनिकमधे रेकॉर्डस् वगैरे कसं मॅनेज करायचं ते आम्ही दोघी बघूया."

प्रियंका जे बोलत होती त्यावर माझा विश्वासच बसत नव्हता. "यु साउंड लाइक तुम्ही दोघी सोबत आहात?"

प्रियंकाची नजरच सांगत होती की she was all in with this. मी पुढे म्हणालो, "पागल झाल्या आहे तुम्ही दोघी. आणि नंतर कळलं की बाळ ट्रीटमेंटनी नाही वास्तविक बाहेरून कुठून नॅचरली झालंय तर?"

"ते कोणी चेक करत नाही. एकदा प्रेग्नन्ट झाली की done." माझ्या चेहऱ्यावर बारा वाजलेले दिसले प्रियंकाला. पुढे म्हणाली, "नीरज, तिची व्यथा माझ्यापेक्षा चांगलं आणखी कोण समजू शकतं - फक्त तू ठरलंच आहे तिचं. मनाची तयारी करून घे तू."

"प्रियंका तू काय बोलते आहेस तुला कळतंय का? मी 'तिला' समजवायला 'तुला' फोन करायला म्हंटलं होतं. उलट नाही."

"नेहमी तिची बाजू घेतोस. आता काय झालं? तुझ्याशिवाय आणखी कोणाला ती हे मागू शकते?"

"आणि माझं काय? ती तर मला मिळाली नाहीच आणि आमचं बाळ पण मला कधी मिळणार नाही. मी उद्या जाऊन बाळ क्लेम केलं तर?"

"तू असं करशील?"

"कधीच नाही."

"हाच विश्वास तर तिला फक्त तुझ्यावर आहे ना नीरज."

"पण... I don't know यार प्रियंका मला हे खूप वियर्ड वाटतंय."

"आई न होता येण्यासारखं दुसरं कुठलंच दुःख या जगात नाहीये नीरज. आणि जेव्हा की तिची बिचारीची काहीच चूक नाही."

मी कंटेम्पलेट करत होतो. "Let's say तिच्यासाठी मी... मी हे करीनंही. But you really think this is right?"

"अशा गोष्टींमधे चूक किंवा बरोबर असं काही नसतं. जी वेळ आपल्यावर आली आहे त्यात काय करायचं फक्त हे आपल्या हातात असतं. चूक किंवा बरोबर आपण डिफाईन करतो आणि जस्टीफाय करतो."

"मला विचार करायला थोडा वेळ हवा."

"वेळ कमी आहे हे विसरू नको. And I can assure you, ती नाही ऐकायच्या तयारीत अजिबात नाहीये. She is firm and ready. तुला फक्त हो म्हणायचंय. आणि... आणि तिच्या cycle प्रमाणे next few days have the best chances. So we have to hurry."

स्पृहा ऐकायची नाही ह्यात काही नवल नव्हतं. She knew what she was asking for. एका कॉलमधे तिने प्रियंकाला कन्व्हिन्स करून घेतलं होतं. बराच वेळ मी विचार करत बसलो. "आणि प्रॅक्टिकली हे सगळं घडणार कसं? जागा? वेळ?"

"हॉटेल."

माझ्या भुवया नजीक आल्या आणि डोळे बारकावले, "तुम्ही सगळं ठरवून घेतलंय की काय?"

"हे मी ठरवलं. ओल्ड मुंबई हायवेवरचं निवडायचं एखादं चांगलंसं. Not too hi-fi not too cheap. मी माझ्या नावावर रूम बुक करून देईन. You just have to go."

माझा चेहरा बघून प्रियंका पुढे म्हणाली, "नीरज I know how difficult this may be for you. Because I know as a person तू काय आहेस. तुला ह्यात स्वतःसाठी एक कणही स्वार्थ दिसत नसेल पण तिच्या परीने

विचार कर. फक्त इतकं मनात ठेव की तिला आई व्हायचंय. आणि तुझ्याशिवाय तिला आता हे कोणीच देऊ शकत नाही. आणि... आणि शेवटी तू एक माणूस आहेस. आणि स्पृहा तुझी जुनी प्रेयसी. ती जवळ आली की सगळं विसरशील. आपोआपच होईल सगळं."

***

पुढले काही दिवस स्पृहाशी बोलायला फार ऑकवर्ड झालं होतं. प्रियंकाशी रोज ह्या विषयावर बोलणं चालूच होतं. तिने सगळं वर्क आऊट केलं. येणारा Tuesday फायनल झाला.

संध्याकाळी टपरीवर गेलो प्रियंकासोबत. म्हणाली, "मला एक प्रॅक्टिकल डाउट आहे."

"काय?"

"विचारू का समजत नाहीये."

"प्रियंका तू माझ्याशी काहीही बोलू शकते, you know that."

"I know. समज की तुम्ही चार-ते-सहा तास सोबत राहणार."

"हम्म..." माझ्या आलं लक्षात तिला काय विचारायचं होतं ते.

"जर असं झालं... की, you know... पुढे आपल्याला समजलं की... काम नाही झालंय, तर काय? I mean, परत परत थोडीच जमणार आहे हे सगळं."

"तो नशिबाचा भाग. म्हणूनच त्याला 'चान्स घेणं' म्हणतात ना. ते देवावर सोडावं लागेल. तुझा प्रश्न मात्र बरोबर आहे."

"आणखी एक विचारू?"

"बिंधास विचार."

"तुझ्या वाइफला... शिवानी कन्सीव्ह व्हायला किती वेळ लागला होता?"

"एक चान्स. वन शॉट बेबी आहे ती."

"वन शॉट बेबी. I like that."

मी म्हणताना सहज म्हणून गेलो पण प्रियंकाने रिपीट केल्यावर आम्ही दोघंही हसलो.

***

गेल्या महिन्याभरापासून कारमधे गाणी ऐकणं बंदच झालं होतं माझं. स्पृहाचे विचार मनात असायचे किंवा तिच्याशी फोनवर बोलत घरी जायचो. ती सोडून गेली होती त्यानंतर तिचा चेहरा देखील परत बघायला मिळेल का माहित नव्हतं. विचारांचा भडिमार इतका विस्फोटक झालेला होता की माझं लक्ष कुठेच लागत नव्हतं. घरी नव्हतो, बाहेरही नव्हतो. ऑफिसमधे नाही, ऑफिसनंतर मित्रांसोबत ड्रिंक्समधेही नाही. ह्या क्षणाला तर मी कुठेच नव्हतो कोणाचाच नव्हतो. स्पृहाचा सुद्धा नाही.

स्पृहाला पुन्हा भेटायची, परत मैत्री करायची इच्छा तर मी कित्येक वर्ष मनात बहरून होतो. पण गोष्टी सीमेपलीकडे जातील ह्याची तर मी स्वप्नातही कल्पना केली नव्हती. स्पृहा जे मागत होती त्याची स्वप्न मी अव्याहत उराशी बाळगून फार आधी उखडुन टाकली होती. आणि आज ही अशी वेळ पुढे येऊन ठाकली होती.

मी तरी स्वतःला किती सांभाळणार आणि रोखणार होतो. 'त्या' भेटीच्या कल्पनेनी मोह तर मलाही अनावर होणारच होता. प्रियंका बरोबर म्हणाली, स्पृहा एकदा जवळ आली की सगळं विसरायला होईल मला. आपोआपच...

Tuesday

हॉटेलपासून थोड्या अंतरावर गाडी थांबवली. प्रियंकाला मेसेज केला, "I am close."

"ओके. मी निघते. तू ये. ३०१." तिचा रिप्लाय आला.

For some reason गाडी व्हॅले पार्किंगला दिली नाही. अलीकडे पार्क करून हॉटेलजवळ चालत आलो. हॉटेलमधे शिरलो. लॉबीतून सरळ लिफ्टमधे गेलो. थर्ड फ्लोअरचं बटन दाबलं. ३०१ चं दार उलट हाताने अलगद ठोठावलं. स्पृहाने दार उघडलं, तिला बघून धीर आला. आत शिरलो. तिने दार बंद केलं. मला किंचित वोडकाचा मंद दरवळ आल्यासारखं वाटलं. स्पृहाकडे पुन्हा बघितलं तर तिचे डोळेच सांगत होते. "तू प्यायलीयेस स्पृहा?"

हलकीशी नशेत होती. म्हणाली, "हो. थोडी. आज जे घडवून आणायचंय त्यात खूप हिम्मत हवी होती. तुला हवी थोडी?"

हसायलाच आलं मला, "नको. तू नशेत आहेस तेवढं इनफ आहे."

"नशेत नाहीये मी! थोडीशी टिप्सी फक्त."

रूमच्या पॅसेजमधे चाललं होतं हे कोन्व्हर्सेशन. काही सेकंद एकमेकांच्या डोळ्यातच बघत होतो. "शूज काढ ना." असं म्हणत स्पृहा आत शिरली आणि बेड पलिकडल्या सोफ्यावर तिने तिची एक छोटी बॅग आणली होती ती उघडायला लागली. हे आमचं हनीमून असतं तर किती छान. किंचितशी मनात जी एक चुणचुण होती ती पण नसती. कसलीच भीती नसती. हृदयात फुलपाखरं असती आणि हवेत गुलाबी हुरहूर. मी शूज काढले आणि बाथरूममधून थोडा फ्रेश होऊन आलो. स्पृहा माझ्यापेक्षा कॉन्फिडन्ट वाटत होती. "बस ना." मला म्हणाली. मी सोफ्यावर बसलो. "मी आलेच." असं म्हणून बाथरूममधे तिची बॅग घेऊन गेली. ती गेल्यावर माझी नजर बेडकडे वळली. स्पृहाच्या प्रेमात पडलो त्या दिवसापासून पाहिलेलं माझं स्वप्न. त्याची पूर्तता अशा रीतीने होईल हे स्वप्नातही वाटलं नव्हतं. एकदा असं वाटलं की स्पृहाचा हात धरून तिला म्हणून देऊ की असू दे ना हे

सगळं स्पृहा... CCD मधल्या भेटी माझ्यासाठी ह्या सगळ्यापेक्षा लाख मोलाच्या आहेत. स्पृहाने बाथरूमचं दार जरासं उघडलं आणि बाहेर डोकावून मला हाक मारली, "नीरज?"

"हां?" मी सोफ्यावरून उठलो.

"तू काही खाललंय का? रिसेप्शनला कॉल करून ऑर्डर करून घे काही हवं असेल तर."

"आ - नाही अगं... नको. भूक नाहीये."

"ठीक आहेस ना तू?" बाथरूमच्या आतूनच म्हणाली.

"हो..." मी उत्तर दिलं.

स्पृहा खरंच आम्ही हनीमूनला आल्यासारखी वागत होती. मी विचार केला, मनात निर्धार केला की स्पृहा माझी बायकोच आहे तर? प्रेमात पडल्यापासून मनातून तर तिला बायको मानतच आलो होतो ना मी.

स्पृहा बाथरूममधून बाहेर आली. केस मोकळे सोडलेले, हलकासा मेक-अप, मी दिलेले कानातले घातलेले आणि गुडघ्यापर्यंत आलेली ब्लॅक नाइटी. तिचं सौन्दर्य बघून मी भारावून गेलो. स्पृहा हळुवार पावलाने पुढे आली. कुठलंसं परफ्यूम लावलं होतं ज्यानी तिच्या भोवती एक भाळवी महक पसरली होती. माझे दोन्ही हात तिने आपल्या हातात घेतले. माझा डावा हात तिने तिच्या खांद्यावर ठेवला आणि उजवा हात तिच्या कंबरेवर. आणि मग अलगद माझ्या मिठीत आली. मी विरघळलो.

असं वाटलं स्पृहाच्या सहवासातला मदनाचा हा एक क्षण जन्मभर पुरेल मला. स्पृहा पुढे जाऊ लागली. तिने माझ्या केसांमधून हात फिरवत, चेहऱ्यावरून खाली आणत माझ्या छातीवर ठेवला. तिला माझ्या हृदयाचे ठोके जाणवले. माझी परस्पर हालचाल येत नसतां तिने मंद स्वरात विचारलं, "काय झालं नीरज? इतका अस्वस्थ का आहेस? लहानपणापासून ह्या क्षणांची वाट बघत होतास ना... जे मी तुला कधीच नाही दिले." असं म्हणत बोटांची नाजूक रेंगाळ करत माझ्या शर्टची बटनं उघडायला सुरुवात केली. माझा हात हळूहळू तिच्या कमरेवरून तिच्या पाठीवर सरकायला लागला.

तिला मी थोडं आणखी जवळ खेचलं. मऊ स्पर्शाने गालावर रूळलेली केसांची लट तिच्या कानामागे सरकवली. स्पृहा माझ्या गळ्यावर तिचे ओठ चिकटवून वर सरसवायला लागली. तीचा श्वास माझ्या श्वासात एकजीव व्हायला लागला. स्पृहाने छातीवर ठेवलेला हात माझ्या कमरेपर्यंत घसरवला आणि दुसऱ्या हाताने माझ्या मानेवरून केसांना कुरवाळत कानात हलकेच कुजबुजली,

... "मी आज फक्त तुझी आहे... तुला हवी तिथे, तुला हवी तशी..." आणि मला किस्स करायला लागली...

***

पुढले काही दिवस स्पृहा आणि माझी भेट झाली नाही. तिला मुंबईला एका लग्नाला जायचं होतं. बरं झालं तिला थोडा चेंज झाला. गेल्या काही आठवड्यात आयुष्य कुठल्याकुठे येऊन पोहोचलं होतं. आमचं WhatsApp आणि फोनवर बोलणं चालू होतं. स्पृहाचा मूड जरा ठीक झाला. एक दिवस तिचा इमोशनल मेसेज आला, "Sorry and thank you."

"बस झालं स्पृहा आता सॉरी आणि थँक यु."

"काही महिन्यांनी खरंच आयुष्यात ते दिवस येतील जे फक्त स्वप्नात बघितले होते. जे येणार आहे त्याचाच विचार करत बसते दिवस रात्र."

"हो ना. आपल्या प्रेमाचा छोटासा चालत बोलता पुरावा."

" :-) "

भावनांच्या भरात भान नसतं की कधीतरी कुठेतरी काहीतरी लिहिलेलं-बोललेलं चुकीच्या व्यक्तीच्या हाताला लागलं तर काय घडू शकतं.

शेखर US हून परत आल्यानंतर दोघं क्लिनिकला गेले. अनायसे प्रियंका आणि पुष्कर तिथे होते. लॉबीमधल्या कॉउंटरवर कसलं तरी बिल पे करत होते तेव्हा स्पृहाने तिला नोटीस केलं आणि हाक मारली, "प्रियंका!"

"अरे! Hi!"

"हा शेखर."

"आणि हा पुष्कर."

"Hi. So you are Priyanka. I must thank you. तुम्ही कन्व्हिन्स केलं म्हणून स्पृहा तयार झाली ट्रीटमेंटला."

"असं काही नाही... कदाचित मला बघून तिला पण हुरूप आला."

लॉबी शेजारच्या काचेच्या लॅबमधून एक नर्स ह्या सगळ्यांना अगदी निरखून बघत होती. प्रियंकाने तिच्याकडे कटाक्ष टाकल्यावर तिने दुर्लक्ष केलं आणि आपलं काम करू लागली.

चौघं छान मिक्स झाले. अपॉइंटमेंटनंतर दुर्गा कॉफीला गेले. पुष्कर आणि शेखर एकाच कॉलेजचे पास-आऊट निघाले.

त्यांच्या भेटीचं प्रियंकाने मला नेक्स्ट डे ऑफिसमधे सांगितलं. "कसा आहे तिचा नवरा?" मी विचारलं.

"तुझ्याइतका हँडसम नाहीये." प्रियंका पुढे म्हणाली, "सारखं वाटत होतं रे - तिच्या बाजूला तूच दिसायला हवा होतास."

***

सुदैवाने ठरल्याप्रमाणे सगळं एक्झॅक्ट्ली प्लॅन केलं तसं झालं आणि स्पृहाला दिवस राहिले. तिचा आनंद गगनात मावेना. शेखर पण सातव्या आसमानावर होता. १४ वर्षांच्या प्रतीक्षेनंतर त्यांच्या आयुष्यात हा आनंद सोहळा आला होता.

स्पृहा आणि माझे WhatsApp मेसेजेस चालले होते पण अर्थातच आमच्या भेटी कमी झाल्या होत्या. हळूहळू मेसेजेस पण कमी व्हायला लागले. तीन महिने गेल्यानंतर माझी काळजी वाढायला लागली. एका रात्री मी शेवटी डेस्परेटली स्पृहाला मेसेज टाकला, "ठीक आहे ना सगळं?"

एका तासानंतर ब्लू टिक दिसला.

"हो! इतकी खुश आहे की काय सांगू, उद्या फोन करीन."

दुसऱ्या दिवशी ऑफिसला जात असताना स्पृहाचा कॉल आला. मी होळकर ब्रिजच्या अलीकडे कार थांबवून घेतली आरामात बोलायला.

"Hi स्पृहा!"

"Hi!'

"कसं काय ठीक ना सगळं?"

"खूप छान..." असं म्हणून थांबली. हसत असावी मंद-मंद.

"बोल ना पुढे काही..."

"काय सांगू नीरज विश्वासच होत नाहीये. सगळं खरंच होतंय की स्वप्न आहे असं वाटतंय."

"त्रास काही नाही ना?"

"नॉर्मल - मॉर्निंग सिकनेस वगैरे, बाकी काही नाही. कालच्या सोनोग्राफीमधे हार्टबीट इतकी क्लियर दिसत होती. आणि..." स्पृहा हसत होती.

"आणि? आणि काय?" मी पण अतिशय आनंदात होतो.

"असं वाटलं एकदा की... काहीतरी दिसतंय... छोट्याशा पीनट सारखं... पण इथे सांगत नाही ना इंडियामधे, सो नॉट शुअर."

"हाहाहा अगं इतक्या लवकर थोडी समजतं ते. पाचव्या महिन्यातली बघशील लक्ष देऊन. पण मी शुअर आहे - बॉय आहे!"

"मला काहीही चालेल."

"हो गं... शेखर नीट काळजी घेतोय ना तुझी?"

"खूप छान."

"कोणी येणार आहे का नागपूरहून?"

"आई येईल. पण बाबांचं ऑपरेशन असल्यामुळे आणखी दोन महिने तरी नाही. तोपर्यंत एवढा काही प्रॉब्लेम नाही होईल मॅनेज. मेड पण ठेवलीये ना आता फुल टाईम."

"ओके गुड गुड... चल काळजी घे..."

"हो..."

"ठेव ना फोन."

"भेटायचं कधी? तुला खूप बघावंसं वाटतंय."

"आता कसं जमेल?"

"CCD. मी येते."

"वेडी आहेस का? नको येऊ सध्या एकटी-बिकटी. बघूया नंतर. प्रियंका येईल तेव्हा तिच्या फोनमधे फोटोज काढून देशील. ओके?"

"हम्म. ओके."

"बाय."

"बाय."

"आणि सध्या भेटी होत नाहीयेत म्हणून इतकी नाराज नको होऊ. मी तुझ्या जवळच आहे आता. कायमचा."

१९ वर्षांननंतर स्पृहा मला भेटली होती. आणि त्याच्या पाच महिन्यानंतर माझा अंश तिच्या उदरात वाढत होता. हे सगळं माझ्या कल्पनाशक्तीच्या बाहेर होतं. नियती केव्हा कोणाला कुठे घेऊन जाईल किंवा आणून सोडेल, ह्याचा खरंच नेम नाही.

काही दिवसांनंतर ऑफिसमधे प्रियंका मुद्दाम फक्त मला Kannu Ki Chai ला चल म्हणाली. मी म्हंटलं बाहेर टपरीवर जाऊया मला सुट्टा मारायचाय. प्रियंकाने डोळे फाकवून हुकूम बजावला, "नाही! कन्नु-ला चल आधी!"

मी पण गमतीने डोळे मोठे करून, "ओके!" मान्य केलं.

तिने चहा नाही घेतला, मला आणून दिला. मला म्हणाली, "कसं वाटतंय? तुझ्या नशिबात दुसरं मूल लिहिलंच होतं."

"खरंच! खूपच छान. स्पृहाला काय होत असेल तिलाच माहित!"

"मला पण." प्रियंकाच्या चेहऱ्यावरचा ऊर भरून आलेला आनंद टिपण्यासारखा होता. मला थोडा डाउट आला, "म्हणजे?" मी विचारलं.

"मी पण." तिला हसू आवरत नव्हतं.

माझ्या डोक्यात प्रकाश पडला आणि माझे डोळे चमकले भुवया उंचावल्या आणि गाल पसरले, "WHAT!!" मी आजूबाजूचं भान ठेवून कुजबुजलो, "काय सांगतेस प्रियंका!"

प्रियंकाने होकारार्थी मान हलवली, "कालच कळलं! कोणालाही सांगू नको!"

"ऑफकोर्स! माय गॉड! डबल धमाका! पुष्करला कॉल करीन संध्याकाळी."

"कर. पागल झाला आहे खुशीनी. त्याला टिप्स दे आणि जरा मित्रांसोबत दारू पार्ट्या कमी कर म्हणा आता."

आम्ही दोघंही मनसोक्त हसलो.

पुढले चार महिने आमची भेट झाली नाही. प्रियंका पण प्रेग्नन्ट असल्यामुळे तिचंही स्पृहाकडे जाणं कमी होत गेलं. अधून मधून फोन आणि WhatsApp चालले होते. आणि मग अचानक त्या संध्याकाळी...

स्पृहाचा WhatsApp आला, "आज संध्याकाळी भेट, CCD."

मी विचार केला, आज संध्याकाळी? सातव्या महिन्यात का इतकं फिरायचंय हिला इकडे तिकडे. मी रिप्लाय केला, "आज? सध्या फिरू नकोस बाहेर एकटी. आता पर्यंत थांबलोच ना. आता डायरेक्ट डोहाळे जेवणाला भेटूया."

"URGENT." स्पृहाचा रिप्लाय.

संध्याकाळपर्यंत मी टेन्शनमधे होतो. काही गडबड तर नसेल ना झाली? बाळ ठीक असेल ना?

CCD मधे वाट बघणं मला असह्य झालं. स्पृहा आली. मी तिची चेयर मागे ओढून तिला बसायला मदत केली. मग तिच्या समोर बसलो आणि विचारलं, "काय झालं?"

तिचा चेहरा पडला होता. फार गंभीर स्वरात म्हणाली, "US ला परत चाललीये."

माझ्या काळजाचे ठोकेच चुकले. तिच्याकडे बघतच होतो फक्त. पुढे म्हणाली, "शेखरच्या बाबांचा कॅन्सर लास्ट स्टेजवर आहे. काल डॉक्टरांचा फोन आला होता. कधीही काहीही होऊ शकतं म्हणाले."

"पण, ह्या अवस्थेत?"

"सातवा नुकताच लागलाय. थर्टी-सिक्स वीक्स पर्यंत ट्रॅव्हल करता येतं, डॉक्टरला विचारलं."

"अगं पण तरी?"

स्पृहाने माझ्या हातावर हात ठेवून मला दिलासा दिला, "काळजी नको करू. माझ्या बा-. आपल्या बाळाला काही नाही होऊ देणार मी."

"अगं मला तुझी पण काळजी-"

"I know नीरज..."

खूप वेळ एकमेकांना डोळे भरून बघून घेतलं.

"कधी निघतेयेस?"

"Saturday."

काय बोलू पुढे काही कळतंच नव्हतं. आणखी काही मिनिटांनंतर स्पृहा खरंच चालली जाणार ह्या कल्पनेनी जीव दाटून येत होता.

"WhatsApp DP चेंज करत राहशील अधून मधून."

स्पृहाने होकारार्थी मान हलवली.

"आणि... आणि बाळ आलं की बाळाचे फोटोज लावशील DP वर."

स्पृहाने पुन्हा होकारार्थी मान हलवली.

हृदयावर दगड ठेवून तिला विचारलं, "तुला ड्रॉप करून देऊ?"

"नको असू दे. घरी पोहोचली की मेसेज करीन... बाय." स्पृहाचे डोळे पाणावले होते.

आयुष्यात परत तशीच संध्याकाळ. मागच्या वेळेला कुठेतरी एक विश्वास होता की स्पृहा परत भेटेल. आज वाटत होतं की ह्या जन्मातली कदाचित ही शेवटची भेट. घरी जाताना पुन्हा मी खूप एकटा होऊन गेलो होतो. इतक्या वर्षांनंतर स्पृहा पुन्हा एकदा माझ्या आयुष्यातून निघून गेली. पण ह्या वेळेस खूप सुंदर आठवणी देऊन गेली. आणि मला कायमचा सोबत घेऊन गेली.

***

शेखर तिची काळजी नीट घेत होता. सगळं सुरळीत चाललं होतं. दोघंही खुश होते. दीड-दोन महिन्यात बाळ येणार. लग्नाच्या चौदा वर्षांनंतर त्यांच्या आयुष्यात एक नव पर्व सुरु होणार होतं. US ला पोहोचल्याच्या दहा दिवसांनंतर स्पृहाचा मेसेज आला, "Hi. सगळं ठीक आहे. शेखर अतिशय खुश आहे. नेक्स्ट वीक नागपूरहून आई येणार आहे सो काळजी करू नको. डोहाळे जेवण जोरात करायची इच्छा होती पण आता इथेच घरच्या घरी छोटासा बेबी शॉवर करणार आहोत. फोटोज पाठवीन."

सकाळी उठल्यावर डेटा ऑन केला तेव्हा स्पृहाचा मेसेज दिसला. खूप बरं वाटलं. मी रोज कॅलेंडर चेक करत होतो. डोहाळे जेवणाचे फोटोज कशे काय आले नाहीत अजून. WhatsApp DP रोज चेक करत होतो. मागचा DP तिने अजून बदललेला नव्हता. तिचा फोन तिच्याजवळ असतो की नाही, केव्हा असतो, किती वेळ असतो काहीच कळायला मार्ग नव्हता. मी विचार करतच होतो की प्रियंकाला म्हणतो स्पृहाला मेसेज टाक, तोच समोरून प्रियंकाचाच कॉल आला! मी अत्यानंदानी तिचा कॉल घेतला, "वाह प्रियंका! यु नो व्हॉट! तुलाच आत्ता कॉल करणार होतो कि-"

तिच्या बोलण्यावरून कावरीबावरी झालेली काहीतरी भीषण सांगायच्या मनस्थितीत वाटली, माझं वाक्य संपायच्या आत जोरात बोलली, "स्पृहाचा फोन आला होता काल रात्री!" आजूबाजूला खूप ट्रॅफिकचा आवाज होता. मी नीट ऐकायला म्हणून दुसऱ्या हाताने कानावर बोट लावलं, "Really? Awesome! ह्याला म्हणतात टेलिपॅथी! तुला हेच सांगायला कॉल-"

"नीरज ऐक!" प्रियंका भेदरलेली होती, माझी एक्साईटमेन्ट फेटाळून ओरडली, "स्पृहाचा काल रात्री तीन वाजता कॉल आला होता खूप मोठा प्रॉब्लेम झालाय!"

मी जमेल तितक्या ताकदीने फोन कानावर दाबला. प्रियंका जे बोलली त्याने माझ्या पायाखालची जमीन सरकली.

"शेखरला कळलंय!"

***

California

Westfield Valley Fair ला शॉपिंग करून शेखर आणि स्पृहा कारने घरी जायला निघत होते. पार्किंग लॉटमधे शेखरने बॅग्स ट्रंकमधे ठेवल्या आणि स्पृहासाठी कारचं दार उघडलं. तितक्यात तिचा मोबाइल वाजला. ती पर्समधून मोबाइल काढत असताना शेखर तिला म्हणत होता की आधी बसून घे आत मग फोन बघ. स्पृहाने ऐकलं नाही. तिचा फोन हातातून खाली पडला.

"कशी करते. सांगत होतो मी तुला."

"सॉरी."

घरी आल्यावर सामानाची आवर-सावर झाल्यावर स्पृहा थकून TV लावून सोफ्यावर बसली. हुश्श करून म्हणाली, "एकदाची आई आली की बरं वाटेल मला."

"मी आहे ना तोपर्यंत. काळजी कशाला करते." शेखर म्हणाला.

मघाशी कोणाचा कॉल आला होता हे चेक करायला तिने फोन हातात घेतला पण त्यात काही होईना.

"माय गॉड! शेखर मोबाइल गेला!"

"तुला म्हणत होतो मी नंतर घे कॉल."

"अरे यार! आता?"

"आता नवीन घ्यावा लागेल दुसरं काय?"

"अरे पण नेक्स्ट वीक आई येणार मग डोहाळे जेवण त्याचे फोटोज वगैरे काढायचे आहेत ना मला!"

"फोटोज मी काढून घेईन ना त्यात एवढं काय?"

"अरे पण मला पाठवायचे आहेत ना."

"कोणाला?"

"ते - आ. एक दोन WhatsApp ग्रुप्सवर."

"मी पाठवून देईन ना एवढं काय?"

थोड्यावेळानी स्पृहाला आठवलं, "मागच्या वर्षी तुझा एक कझिन आला होता बघ. त्याला तू एक स्पेयर फोन दिला होता ना?"

"ओह् याsss... तो असेल गराजमधे. बघतो वीकएंडला."

"वीकएंडला? आज रात्री काढून दे ना."

"शोधावा लागेल, कुठे आहे नेमका I dunno. आणि इतकी काय घाई आहे? तू तसंही खूप जास्त मोबाइल बघायला नको सध्या, सारखं वेब सिरीज बघत बसतेस. आईंना आजच कॉल करून सांगतो की माझ्या फोननी कोओर्डीनिट करूया तुझा फोन तुटला म्हणून. सांगतो सगळे कॉल्स मलाच करा काही दिवस."

"अरे! दे ना शेखर शोधून लवकर. मोबाइल शिवाय काय करू मी? TV किती बघणार आणि बुक्स किती वाचणार?"

शेखर TV चे चॅनल्स बदलत होता. स्पृहाने हट्ट केला, "शेखsssर..."

"अरे यार स्पृsss..."

स्वतःच्या बायकोचं न ऐकणारा नवरा शोधून सापडणार नाही. इलाज नाही. आणि बायको ह्या अवस्थेत असताना?

शेखरने रात्री जेवणानंतर गराजमधून फोन शोधून आणला. स्पृहाला म्हणाला, "उद्या सेट-अप करून देतो."

"थँक यु! दे मी चार्ज करून ठेवते."

"अगं तू बस. मी लावतो."

स्पृहाने शेखरच्या गळ्यात हात टाकले आणि लाडात म्हणाली, "किती काळजी घेतो रे माझी."

शेखरने स्पृहाच्या ओटीवर अलगद हात ठेवला आणि तिच्या कपाळाचं चुंबन घेऊन म्हणाला, "तू मला आयुष्यातली सगळ्यात मोठी गोष्ट देते आहेस स्पृहा. I am so thankful to you. लवकरच बाळ घरी येईल. आपलं स्वप्न पूर्ण होईल. मला त्याच्याशी खेळायचंय, त्याला आनंदानी वाढवायचंय. बरंच झालं की बाबांसाठी US ला लवकर यावं लागलं. इथल्या सोनोग्राफीत कळलं तरी. इंडियामधे बाळ येईपर्यंत सस्पेन्स."

"त्याची पण एक मजा आहे."

"Yes, but now we can plan everything Blue!" शेखरने वाकून तिच्या पोटावर कान लावला.

"काय म्हणतोय?"

"डॅड."

"Hey! डॅड नाही हां, 'बाबा'."

"ओके बेबी."

दोघं एकमेकांच्या मिठीत येणाऱ्या दिवसांची स्वप्न रंगवीत होते. खूप खुश होते. शेखर स्पृहाला धरून हळुवार बॉल डान्स करायला लागला.

दुसऱ्या दिवशी शेखरने चार्जिंगवर लावलेला स्पेयर फोन काढला, स्पृहाच्या जुन्या फोनमधलं सिमकार्ड काढून त्या फोनमधे घातलं आणि फोन ऑन केला. स्पृहा झोपेतून जागी होत होती. थोडी हालचाल करायला लागली होती. "चहा करतो का?" तिने शेखरला विचारलं. "हो, टाकतो. फोन सेट-अप करून देतो."

असं म्हणून त्याने फोनला वायफाय कनेक्ट करून स्टार्ट-अपला ठेवला आणि किचनमधे चहा टाकून परत आला. स्पृहाने आळोखे दिले आणि उठायच्या तयारीत होती. शेखरने त्या फोनमधे WhatsApp इन्स्टॉल करून त्यात स्पृहाचा नंबर टाकला. अकाउंट ॲक्टिवेट झाल्या झाल्या धडाधड

जुन्या मेसेजस ने फोन नोटिफिकेशन्स वाजवायला लागला. सहज शेखरचं लक्ष काही मेसेजेसवर गेलं. तो स्पृहाच्या प्रायव्हसीमधे ढवळाढवळ करणाऱ्यांपैकी ऑर्थोडॉक्स नव्हता पण फोन हातातच असल्याने अनायसे त्याचं लक्ष काही अपरोक्ष मेसेजेसवर गेलं. अवांछित त्याची उत्सुकता वाढली.

"स्पृ? ह्या अन्नोन नंबरवर हे तुझे काय मेसेजेस आहेत?"

आणि खाडकन तिचे डोळे उघडले. स्पृहा नीरजचे शेवटचे काही मेसेजेस डीलीट करायला विसरली होती जे बॅक-अप मधून रिकव्हर झाले. ती बेडवर उठून बसली आणि तिने बघितलं शेखर मेसेजेस वाचत होता. जसजसा तो WhatsApp वर स्क्रोल करत होता तसतसे त्याचे डोळे बारीक होत होते. स्पृहाच्या छातीतील धडधड वाढत होती. "स्पृहा हे सगळं तू काय लिहिलंय? हा कोण आहे?" जरा अधीर झालेला होता.

स्पृहा आता धापा टाकत होती. ती काही बोलायचा प्रयत्न करत होती पण तिला शब्दच फुटत नव्हते. शेखर चेयर वरून उठून उभा राहिला, "स्पृहा हे काय आहे?" नको त्या कल्पना त्याच्या मनात एक संशयास्पद जाळं विणत होत्या आणि त्याची उत्सुकता भीतीत बदलत होती. स्पृहावर त्याचा अक्षुण्ण विश्वास होता पण तो जे वाचत होता ते चार प्रश्न विचारण्याइतकं गूढ तर नक्कीच होतं.

धडधड हाताळत स्पृहा बोलायचा प्रयत्न करत होती. धक्का बसल्यासारखा विस्मितावस्थेत शेखर आवाज चढवून बोलला, "स्पृहा हे काय मेसेजेस आहेत? हा कोण आहे?" स्पृहाने तिच्या ओटीवर हात ठेवला. तिचा थरकाप तिच्या आवाजावर हावी झाला होता, "शेखर..."

"काय झालंय स्पृहा पटकन बोल मला फार भीती वाटतेय!"

एका हाताने ओटी धरून आणि दुसरा हात वर करून, "ओरडू... नको..." कोरड्या घशातून स्पृहा कशीबशी बोलत होती.

स्पृहा बेडवरुन उठायचा प्रयत्न करत होती पण तिचे हातपाय गळल्यासारखेच झाले होते. शेखर आता बाकीचे मेसेजेस चेक करायला

लागला. त्याच्या संशयाला झपाट्याने पुरावा सापडल्यासारखा त्याने निर्णय करून घेतला. त्याच्या पुढल्या प्रश्नाने स्पृहाचे तळपाय जमिनीवर धापकन लागले, "हे बाळ कोणाचं आहे स्पृहा?"

अखेर स्पृहाच्या अंगात शक्तीचा संचार झाला आणि जशी ती उठून शेखरकडे चालायला लागली तसा शेखर बेडरूम मधून निघून सरळ हॉलच्या दाराकडे गेला. स्पृहा त्याच्या मागे धावत गेली, "शेखर! शेखर ऐक!"

तिच्याकडे वळला तेव्हा त्याच्या नजरेत विलक्षण द्वेष होता. कंठाच्या टोकावरून ओरडला, "काय ऐकू? तुझी प्रेम कहाणी? आणि त्यात घडलेलं हे?" तिला पाठमोरा होऊन दाराकडे सपासप पाऊलं टाकत होता, स्पृहा त्याच्या मागे चार पाऊलं सरसावली, "शेखर असा जाऊ नकोस फक्त एकदा माझं ऐकून घे शेखर प्लीज!"

सपाटून उमडलेल्या भावनांच्या ओघात शेखरची चीड त्याच्या अश्रूंत उतरली, "हे काय केलंस तू स्पृ?"

स्पृहा त्याच्या जवळ येऊन त्याचा हात धरायला गेली. शेखरने तिचा हात झटकून दिला आणि आक्रोशाने बाहेर निघून घराचं दार धाडकन आपटून चालला गेला. स्पृहा त्याच्या मागे हाक देत राहिली, "शेखर... शेखर!" हा काय प्रकार घडतोय क्षणभरात ह्याची जाणीव आभाळ कोसळल्यासारखी स्पृहाच्या संपूर्ण अंगावरून एक कापरं भरल्याची लहर धाववून गेली आणि तिचा जीव खाली बसला. चक्कर येऊन कोलमडायच्या बेताला आलेली झटकन बेडरूममधे गेली आणि फोन हातात घेतला. तिने शेखरचा नंबर डायल केला आणि फोन कानाला चिकटवला. फक्त बीप येत होती आणि कॉल एन्ड होत होता. फोन दुसरा असल्यामुळे कदाचित सिम रजिस्टर झालं नसावं. तिने बरेच वेळा फोन ट्राय केला पण काही लागतंच नव्हता. मग पळत हॉलमधे येऊन लँडलाईन वरून त्याचा मोबाइल लावला. रिंग घरातच ऐकू आली - त्याचा फोन सोफ्यावर होता.

स्पृहाने बेडरूममध्ये जाऊन परत तिचा मोबाइल उचलला, तिला वाटलं शेखरच्या एखाद्या मित्राला कॉल करावा. कोणाचेच नंबर्स ह्या फोनमधे सेव्ह नव्हते. धावत हॉलमधे आली. सोफ्यावरून शेखरचा फोन उचलला,

अनलॉक केला आणि... थबकली. त्याच्या कोणत्या मित्राला फोन करावा? आणि फोन करुन सांगणार काय?

हेल्पलेस होऊन त्याची वाट बघत बसली. शेवटी अडीच वाजता नाईलाजाने स्पृहाने प्रियंकाला कॉल लावला.

पाच-सहा वेळा वायब्रेट झाल्यानंतर प्रियंकाचे डोळे उघडझाप करायला लागले. तुसड्या आवाजात पुष्करला उठवायला लागली, "पुष्कर तुझा फोन... पुष्कssर... तुझ्या मित्रांना समजत नाही दारू पिऊन कधीही फोन करतात."

"म्म्म... तुझा वाजतो आहे..." पुष्कर अर्धवट झोपेत पुटपुटला.

"हां?"

"तुझा वाजतो आहेsss."

"माझा?" प्रियंकाने किलकिल्या डोळ्यांनी मोबाइल बघितला, स्पृहा कॉलिंग. स्पृहा? रात्री तीन वाजता? "हॅलो?"

"प्रियंका... प्रियंका सगळं बिनसलं..." स्पृहा रडत होती.

प्रियंका बेडवर उठून बसली, "स्पृहा? काय झालं? रडते का आहेस?"

पुष्कर थोडा जागा होऊन ऐकायला लागला. तिकडनं स्पृहाने घरी घडलेली भयानक हकीगत प्रियंकाला सांगितली.

"ओह शिट!"

स्पृहाने तिचा फोन बघितला. ते WhatsApp मेसेजेस उघडले. फोन हातात घेऊन डायनिंग टेबलवर येऊन बसली. तिच्याकडे शेखरची वाट बघण्याशिवाय आता काहीच पर्याय नव्हता. एक एक मिनिट एका एका तासासारखा जात होता. चार वाजले. बाहेर काहीतरी खुटपुट आवाज आला. "शेखर!" हाक मारत स्पृहाने घाईत दार उघडलं. बाहेर कोणीच नव्हतं. निराश पावलाने परत हॉलमधे स्टेयर्सवर येऊन रेलिंगला डोकं टेकवून

बसली. पाच वाजता दार उघडलं. शेखर आला. स्पृहा उठून उभी राहिली, “शेखर...”

तो थेट बेडरूममधे गेला, काही महत्वाचं सामान-सुमान घेतलं. लॅपटॉप घेतला आणि परत घराबाहेर चालला होता.

“शेखर कुठे चाललाय मला सोडून शेखर माझं ऐकून तरी घे एकदा.”

तो थांबला, “आपल्याला बाळ हवं होतं स्पृ, पण हे असं नाही.”

“शेखर... शेखर फक्त एकदा माझं ऐकून घे.”

शेखरने काहीएक ऐकून घेतलं नाही. सोफ्यावरून त्याचा फोन उचलला आणि निघून गेला.

पुण्याला प्रियंकाने मला ऑफिसमधे लवकर बोलावलं आणि भेटल्यावर स्पृहाकडे घडलेला भयंकर वृत्तांत दिला.

बराच वेळ काही सुचेना. सुन्न झालो होतो. “मी करू का त्याला कॉल? मी बोलू का शेखरशी?”

“नाही नाही नको. अजिबात नाही.”

“मग काय करायचं?”

प्रियंका कपाळ चोळत म्हणाली, “काही समजत नाहीये मला पण. खूप भीती वाटते आहे पण.”

बधीरता उसण भरल्यासारखी नखशिखांत हादरवून गेली. काळजाचा प्रत्येक ठोका लगेच काहीतरी हालचाल करायची त्वरा मागत होता पण डोकंच चालत नव्हतं. आणि मग जो विचार मनात आला त्याने अंगावर काटा आला, “काहीतरी करायला हवं प्रियंका माझं बाळ आहे स्पृहा जवळ! काही बरं वाईट झालं तर ज्याच्यासाठी इतकं सगळं केलं ते-”

“असं नको बोलूस! काही नाही होणार. शेखरला सगळं सांगावं लागेल... लवकरात लवकर. कसं करायचं काही समजत नाहीये... आत्ता करू का

तिला कॉल परत? मी तिला सकाळपासून बरेच कॉल केले उचलत नाहीये ती."

कसाबसा दिवस ढकलत होतो आम्ही ऑफिसमधे. तिकडे काय चाललं असेल स्पृहाकडे ह्या विचारानी पोटात गोळा येत होता.

संध्याकाळी स्पृहाचा कॉल आला प्रियंकाला. तिने डेस्कवरूनच जोरात हाक मारली, "नीरज!"

आम्ही धावत कॉन्फरन्स रूममधे घुसलो आणि दार बंद केलं. बाकी लोकांना प्रश्न पडतील, ते नंतर बघितल्या जाईल सगळं.

प्रियंकाने स्पीकरवर टाकला, "बोल स्पृहा, आला का तो घरी?"

स्पृहा हुंदके देत होती, "घर सोडून गेला. कुठे गेलाय काहीच माहित नाही. मला खूप भीती वाटते आहे प्रियंका."

"तू, तू घाबरू नको. आपण सगळं समजावू त्याला."

"त्याने डायव्होर्स दिला तर मी काय करू? कुठे जाऊ बाळाला घेऊन?"

मी बोललो, "असं नको बोलू स्पृहा काही नाही होणार."

माझा आवाज ऐकून तिला आणखी भरून येत होतं, "नीरज..."

थोडावेळ कोणी काहीच बोललं नाही. कोणालाच समजत नव्हतं काय करायचं? मग प्रियंका बोलली,

"स्पृहा मी येते तिथे."

स्पृहाला जरा धीर आल्यासारखा वाटला, "तू आता कशी येशील? तुला पाचवा लागला असेल."

"मी येते बरोबर. तू काळजी नको करू."

"अगं पण?" प्रियंकाकडे बघून मी पुटपुटलो.

"ही वेळ खूप महत्वाची आहे नीरज. शेखरशी प्रत्यक्ष बोलावं लागेल. हे सगळं फोनवर नाही होऊ शकत. स्पृहा तू शांत हो... मी - मी लगेच टिकेट्स बघते. जे पहिलं फ्लाइट मिळेल त्याने निघते."

"ओके." स्पृहाने रडत रडत फोन ठेवला.

फोन ठेवल्यावर प्रियंका आणि मी एकमेकांकडे बघितलं. दोघांचीही धडधड एकमेकांना ऐकायला येईल इतकी जोरात होती. मी विचारलं, "इतक्या लवकर सगळं होईल कसं? व्हिसा?"

"INFI ला असताना मी न्यू यॉर्कला गेले होते. माझ्याकडे B1 आहे."

***

पुढचे काही दिवस स्पृहाच्या आयुष्यातले सगळ्यात कठीण दिवस होते. आठवा महिना, घरी कोणी नाही. शेखर अधेमधे घरी येऊन जायचा पण त्याचं काहीतरी सामान, वस्तू न्यायला. स्पृहाचं तोंडही पाहायला तयार नव्हता.

प्रियंकाचा कॉल आला स्पृहाला, "स्पृहा मी Tuesday ला पोहोचते आहे SFO."

"Thank you."

"तुझी आई येणार होती ना पण इतक्यात कधीतरी?"

"आई Sunday ला पोहोचते आहे."

"ओके... शेखर आला घरी? की...?"

"येतो कधीही. त्याचं काहीतरी सामान, कपडे वगैरे घेतो आणि चालला जातो. असा वागतोय की मी त्याची नव्हतीच कधी."

"होईल सगळं ठीक काळजी नको करू. धीर धर. बाळाची काळजी घे. नीट खाते पिते आहेस ना?"

"हम्म."

"ओके. Tuesday ला भेटू."

सतत पंधरा मिस कॉल्स नंतर सोळावा कॉल शेखरने उचलला. रुष्ठ आवाजात म्हणाला, "बोल."

"शेखर, आईला घ्यायला चलशील का Sunday ला प्लीज."

"तुझा फोन चालू आहे ना आता. कॅब करून देशील त्यांना."

नागपूर-मुंबई-सॅन फ्रँसिस्कोच्या २३ तासाच्या थकवणाऱ्या प्रवासानंतर आईंना रिसीव्ह करायला स्पृहा एकटीच SFO International Airport ला गेली. आईला अरायव्हल्सला आलेली बघून तिला हायसं वाटलं. स्पृहाला एकटी आलेली पाहून त्यांना थोडं ऑड वाटलं. आईला कडकडून मिठी मारली स्पृहाने, “ठीक झाला प्रवास?” उतरलेला चेहरा, रडून थकलेले डोळे आणि निरुत्साह आव आणून हसून झाकायचा अफाट प्रयत्न करत होती स्पृहा.

“नेहमी सारखाच. झोप लागत नाही मला.” आई म्हणाल्या.

“चल. घरी झोप निवांत.”

“आता कसली झोपतेय मी घरी? तू झोपून घे आता मी आली आहे ना. एकदा बाळ आलं की वर्ष-दीडवर्ष वेळ-काळ काहीच उरणार नाही तुला.” स्पृहाचा चेहरा बघून पुढे म्हणाल्या, “चेहरा उतरलाय तुझा. इथे सोनोग्राफीत सांगतात म्हणून, इंडियाला असती तरी चेहरा पाहून कोणीही ओळखलं असतं मुलगा आहे.” चेहरा उतरल्याचं आणखी काय कारण होतं हे स्पृहा घरी गेल्यावर सांगणार होती.

पार्किंगपर्यंत दोघींनी बॅग्स ओढत आणल्या. स्पृहाने कार काढली आणि फ्रीवेला लागली. अजून आई शेखर बद्दल कशी विचारत नाहीये? तेवढ्यात, “शेखर कुठे कामात वगैरे अडकला का गं?”

स्पृहाने कशाबशा भावना आवरल्या. एकदा घरी पोहोचली की आईच्या गळ्यात पडून रडणार होती. “आ - हो, त्याला ऑफिसची एक मीटिंग आली वेळेवर.”

“आज? रविवारी?”

“हो - काहीतरी नवीन प्रोडक्ट लॉन्च आहे... पुढल्या आठवड्यात...” स्पृहाची नजर लांब 101 South च्या क्षितिजापर्यंत टक लावून होती.

“भार्गवी होती नागपूरला आठवडाभर. इतका बडबड्या आहे तो छोट्या तिचा.”

“हो सांगत होती. माझं परवाच बोलणं झालं ताईशी. म्हणाली आईकडून सगळी खायची प्यायची हाऊस पूर्ण करून घे SFO ला आली कि. एक डुलकी घेऊन घे आई पाऊण तास लागतो सानीवेलला पोहोचायला.”

“हो अगं आठवतं ना मला.” असं म्हणून हुश्श करून सीट बॅक रिक्लाईन केली, “बाई गं बाई... प्लेन पेक्षा बरीच मागे होते ही सीट छान तुझ्या गाडीचीsss.” असं म्हणत त्यांनी डोळे मिटले.

घरी रूममधे सेट झाल्यानंतर स्नानादी करून आई थेट किचनमधे गेल्या. स्पृहा जेवणाचं काय ते बघत होती.

“अगं काय करतेस?”

“खिचडी चालेल का? सगळा स्वयंपाक करणार होती, खीर करणार होती पण झालंच नाही माझ्याच्यानी.”

“अगं मी लावते ना. मी कशासाठी आलीये?”

“तू आजच आलीये आई.”

“म्हणून काय झालं.”

कुकर लावता लावता म्हणाल्या, “एक्सट्रा रिंग आणलीये बरंका मी. मागच्या वेळेस मिळाली नव्हती ना India Cash & Carry मधे?” वाडगं कुकरमधे ठेवत असताना त्यांचं लक्ष गेलं, “अगं स्पृहा? एवढे कमी कसे घेतले तू डाळ तांदूळ? शेखर ऑफिसमधेच जेवून येणार आहे का?”

बस. स्पृहा स्वतःला अजून थांबवू शकली नाही. आईच्या गळ्यात पडून ढसढसा रडायला लागली. “स्पृहा? अगं काय झालं? अशी रडतेस काय?” आता आईंना संशय आला, “काही गडबड आहे का स्पृहा?” स्पृहा फक्त रडतच होती. “बेटा अगं सांग काय झालं?” आईनी स्पृहाला डायनिंग टेबलच्या चेयरवर बसवलं. तिने डोळे मिटून ठेवले होते. आईकडे बघायची तिची हिम्मत होत नव्हती.

आता मात्र आई घाबरल्या, स्पृहाच्या डोक्यावरून हात फिरवला आणि म्हणाल्या, “बोल काहीतरी स्पृहा?” स्पृहाने डोळे उघडून आईकडे बघितलं आणि सांगितलं, “शेखर घरी नाही येणारेय आई.”

आईंना समजेचना स्पृहा हे काय बोलते आहे? त्यांच्या विश्वासाला आणखी तडाखा बसणारा वाक़िया तर स्पृहा आता सांगणार होती.

स्पृहाने घडलेला प्रसंग सांगितला आणि त्याचा कारणीभूत इतिहास. सगळं ऐकून झाल्यावर आईंना पण तिची चीड आली, “हे काय केलंस स्पृहा तू? काय विचार करत होतीस?” ओरडली, “कोणता नवरा हे मान्य करेल? सगळं वाटोळं केलं संसाराचं!”

“संसार होताच कुठे गं आई? आम्ही दोघंच दोघं.”

“अगं पण त्याच्याचसाठी तर ट्रीटमेंट घ्यायला इंडियाला आले होते ना तुम्ही?”

आईच्या ओरडण्यामुळे स्पृहाने ओटीवर हात ठेवला, “आई प्लीज ओरडू नको तू तर माझं ऐकून घे.”

आईनी कपाळाला हात ठेवला, “काय ऐकून घेऊ स्पृहा?”

“मला हे सगळं समजवायला कोणाचीतरी साथ लागेल.”

“ते पण सांगून टाक आता. कोणी साथ दिला तुझा या सगळ्या प्रकरणात?”

हुंदके थांबवीत आणि नाक पुसत स्पृहा म्हणाली, “प्रियंका. ती येते आहे Tuesday ला.”

रात्री अकराच्या सुमारास प्रियंकाने स्पृहाला फ्लाईट डिटेल्स WhatsApp केले. आणि पुढला मेसेज केला. “ॲड्रेस पाठव. आणि कॅब कशी करायची एयरपोर्टहून?”

“मी येते.” स्पृहाने रिप्लाय केला.

Tuesday च्या दुपारी स्पृहा परत एकटीच एयरपोर्टला निघत होती. आई रागात म्हणाल्या, "एकटी नको जाऊ. येते मी थांब."

प्रियंका इंटरनॅशनल अरायव्हल्सहून बाहेर येताच दोघींनी एकमेकींना मिठी मारली. प्रियंकाने आईंना वाकून नमस्कार केला, "हॅलो काकू. कशा आहात तुम्ही?" काहीच नाही बोलल्या. प्रियंकाने स्पृहाकडे बघितलं आणि तिला जाणवलं की स्पृहा आणि आईचं बोलणं झालेलं दिसतंय आणि आई सुद्धा रागावल्या आहेत. आईंच्या लक्षात आलं की प्रियंका प्रेग्नन्ट आहे.

"त्रास नाही ना झाला?" स्पृहाने विचारलं.

"अजिबात नाही." प्रियंकाने स्पृहाचा हात घट्ट धरला आणि परत तिला मिठी मारली.

एयरपोर्टपासून घरापर्यंत कोणी कोणाशी एक शब्द बोललं नाही.

घरी स्पृहाने प्रियंकाला वरच्या खोलीत सेट केलं. तिला प्रवासामुळे जांभया यायला लागल्या. स्पृहा म्हणाली, "अंघोळ कर आरामात. खाली माझी रूम किचनच्या लेफ्टला आहे. तुझं झालं की ये. बटाट्याची भाजी आणि पोळी आहे. वरण भाताचा कुकर लावू का?"

"नको. तू आराम कर. मी घेईन किचनमधे जाऊन सगळं."

थोड्यावेळानी किचनमधे खुडबुड ऐकून स्पृहा तिथे आली. प्रियंका जेवायला घेत होती.

"लोणचं देऊ का तुला?"

"हा चालेल. कुठंय?"

स्पृहा कपाट उघडायला लागली. प्रियंका, "अगं मी घेते ना... तू सांग फक्त कुठे आहे."

डायनिंग टेबलवर प्रियंका जेवायला बसली आणि स्पृहा तिच्या बाजूची चेयर ओढून बसली, "थँक्स प्रियंका."

"थँक्स काय अगं."

दोन-तीन घास प्रियंकाने घशाखाली उतरवले आणि विचारलं, "काही प्लॅन केलं आहेस का?"

स्पृहा म्हणाली, "आज झोप शांतपणे. उद्या बघूया."

जेवण झाल्यावर दोघी स्पृहाच्या खोलीत गेल्या. स्पृहा पलंगावर बसली आणि ओटीवर हात ठेवला. प्रियंकाने तिला जवळ घेतलं तर स्पृहाला रडू फुटलं. "शुश... शुश... शांत हो. रडू नको. मी आलीये ना आता. हम्म?"

हुंदके देत स्पृहा म्हणाली, "माझ्या लक्षातच नाही राहिलं मेसेजेसच्या बॅक-अपचं. मी कुठे त्याच्यापासून काही लपवणार होती. सगळं सांगणारच होती ना त्याला बाळ झाल्यावर."

"I know-I know." स्पृहाला कुरवाळत प्रियंका म्हणाली, "काकूंचं काय म्हणणंय?"

"सगळं नाही सांगितलं तिला. तुझी वाट बघत होते." ओटीवर हात ठेवून म्हणाली, "चिडली खूप. ओरडायला लागली तर मला बाळाची भीती वाटली. एकटी कसं समजावू हे सगळं?"

"एकटी नाहीये आता. मी आलीये ना. सगळं ठीक होईल. काळजी नको करू."

दुसऱ्या दिवशी सकाळी दहाला दोघी हॉलमधे येऊन सोफ्यावर बसल्या. प्रियंकाने तिच्या फोनवरून शेखरला WhatsApp कॉल लावला आणि स्पीकरवर टाकला.

"हॅलो?"

"हॅलो... शेखर मी, प्रियंका बोलते आहे..."

काही सेकंदांनंतर शेखर बोलला, "स्पृहाचा नंबर लागत नाहीये का? मी जरा... मी जरा बाहेर आहे."

"ऍक्च्युली, मी इथे आलीये सनीवेलला... तुमच्या घरी आहे स्पृहा सोबत." शेखरच्या लक्षात आलं काय चाललंय ते. प्रियंका पुढे बोलली, "आपल्याला भेटावं लागेल."

"किती लोकांना सांगून ठेवलंय तिने हे सगळं."

"फक्त मला माहिती आहे... आपल्याला भेटून बोलावं लागेल."

"मी अजून काही निर्णय घेतला नाहीये. पण घेऊ शकतो."

"मला असं वाटतं सगळं जाणून घ्यायच्या आधी तडकाफडकी इतक्या टोकाला नको जायला."

"तुम्हाला म्हणायचं काय आहे?"

"हेच की एकदा बोलायला हवं."

शेखरने बराच वेळ विचार केला. स्पृहा आतुरतेने प्रियंकाकडे बघत होती की शेखर पुढे काय म्हणतो.

"येतो." हे ऐकताच दोघींचा जीव भांड्यात पडला. "पण..." शेखर पुढे बोलला.

"पण?"

"पण स्पृहाला सांगून द्या की माझ्याकडून काही अपेक्षा ठेवू नकोस."

आई आतल्या रूममधे बसून सगळं ऐकत होत्या पण बाहेर येत नव्हत्या.

स्पृहाने लांब श्वास घेतला. प्रियंका म्हणाली, "ऐक. मी सुरुवात करते. बिलकुल कॉन्फिडन्ट राहा. तू काहीही चूक केलेलं नाहीये. हेच त्याला पटवून द्यायचंय."

शेखरची इतकी वाट स्पृहाने कधीच बघितली नव्हती. पुढल्या काही तासात तिचा संसार परत फुलायच्या मार्गावर लागणार होता किंवा उध्वस्त व्हायच्या.

तो आला. प्रियंकाने दार उघडलं. आत येऊन स्पृहाच्या समोरच्या सोफ्यावर बसला. तिच्याकडे बघत नव्हता. प्रियंका स्पृहाजवळ येऊन बसली. बराच वेळ काही हालचाल नाही, बोलणं नाही.

"आई तू पण बाहेर ये." स्पृहाने आईला बोलावलं.

त्यांना जावयासमोर येणं लाजिरवाणं झालं होतं. त्या येऊन कोपऱ्यातल्या चेयरवर बसल्या. एक भयाण शांतता होती.

शेखर त्या घरात थांबायच्या तयारीत अजिबातच नव्हता. त्याला तिथे आणखी वेळ घालवणं सहन होतं नव्हतं. हातवारे करून प्रियंकाकडे बघून बोलला, "कसं एक्सप्लेन करणार आता हे सगळं?"

प्रियंका सुरुवात करणार तितक्यात स्पृहा फायरप्लेसकडे एकटक बघत बोलली, "हे बाळ नीरजचं आहे हे खरंय. पण तुला वाटतं तसं काहीच घडलेलं नाहीये."

"What do you mean? मला काय मूर्ख समजतेस?"

"शेखर..." स्पृहाच्या आवाजात आता एक कणखरता होती. एक आत्मविश्वास होता.

"नीरज आणि माझं प्रेम होतं शाळेत असताना. आणि मग पुढे कॉलेजमधे. चार वर्ष. आमच्यामधे इतके गैरसमज झाले होते की त्यात काही फ्युचर राहिलेलं नव्हतं. आम्ही वेगळे झालो. गेले १९ वर्ष एकमेकांशी काहीच कॉन्टॅक्ट नव्हता. आपण ट्रीटमेंटसाठी इंडियाला गेलो तेव्हा त्याला परत

भेटायला लागली. दोन-चार भेटींनंतर आमच्यातले गैरसमज दूर झाले. परत मैत्री झाली. तो परत आवडायला लागला. पुन्हा एकदा त्याच्या प्रेमात पडली.

तुझ्या आणि बाबांच्या प्रेशरमुळे मी टॅब्लेट्स घ्यायला सुरुवात केली अदरवाईज मी ट्रीटमेंटला कधीच तयार नव्हती. एका अनोळखी माणसाचं मूल मला कधीच नको होतं. नीरजच्या मुलीला बघितल्यानंतर तिच्याचसारखं गोड बाळ माझ्या ओटीत नांदावं असं मला वाटायला लागलं. आई व्हायच्या व्याकुळतेत कधी ह्या मोहाला कशी बळी पडली लक्षातच आलं नाही. माझा निश्चय झाला होता. नीरजला एक दिवस माझी इच्छा सांगितली. प्रियंका आणि मी हे सगळं जमवून आणायच्या संकल्पाला लागलो..."

पुढलं वाक्य बोलायच्या आधी स्पृहाने उसासा घेतला आणि ओटीवर हात ठेवला. प्रियंकाने तिचा हात धरून तिला धीर दिला. स्पृहा पुढे सांगू लागली, "प्रियंकाच्या मदतीने... आम्ही हॉटेल बुक केलं."

***

... "मी आज फक्त तुझी आहे... तुला हवी तिथे, तुला हवी तशी..." आणि मला किस्स करायला लागली...

अचानक मला धडकी भरली. शहारे आले आणि अंगात चर्र झालं. मी स्पृहाला थांबवलं आणि तिच्या मिठीतून किंचीत मागे सरकलो. त्या क्षणाला आमची नजर भिडली तेव्हा मला तिच्या डोळ्यात बघवत नव्हतं. तिने माझे हात घट्ट धरून ठेवले होते. कोरड्या घशातनं मी कसाबसा पुटपुटलो, "नाही स्पृहा..."

"नीरज?"

"नाही स्पृहा प्लीज. I am sorry."

"असं नको करू नीरज."

मी माझे हात सोडवून घ्यायच्या प्रयत्नात होतो, "स्पृहा नाही."

माझ्या चेहऱ्यावर आणि अंगा-खांद्यावर हात फिरवत होती, "नीरज... नीरज प्लीज खूप वाट बघितली ह्या दिवसाची नीरज नको थांबू आज." माझ्या गालाचं आणि ओठाचं चुंबन घ्यायचा प्रयत्न करत होती आणि मी मान हलवत चेहरा मागे खेचत तिला चुकवायचा प्रयत्न करत होतो. "स्पृहा... नको..."

"स्पृहा प्लीज..." स्पृहा सोडतच नव्हती शेवटी मला जोरात तिचे हात झटकावे लागले आणि आवाज चढवला, "**स्पृहा!**"

त्या झटक्यानी ती भानावर आली. त्या घटकेला तिने माझ्या डोळ्यात बघितलं तेव्हा जे ठरवून आलो होतो ते आता घडणार नाही हे तिला जाणवलं. मी जोरात पाऊलं टाकत शूज अडकवले आणि रूमचं दार उघडायला हात वर केला. स्पृहा दोन पाऊलं माझ्या मागे धावली आणि ओरडली, "एकदा असाच निघून गेला होतास मला सोडून!"

माझं पाऊल जागचं थांबलं ते तिच्या ओरडण्यामुळे नाही पण ती जे बोलली त्याच्यामुळे. "त्या दिवशीही तुझ्या मागे धावत आली होती दारावर. आणि नंतर तू आलास तेव्हा खूप दूर निघून गेली होती मी नीरज."

नको देऊ त्या दिवसाची आठवण स्पृहा. मी नैराश्याने घट्ट डोळे मिटले आणि दारावर हात आपटला. काही सेकंदांनंतर पाठमोरा होतो तो वळून स्पृहाकडे बघितलं.

शिखर गाठायच्या एक पाऊल अंतरावरून झपाट्याने घसरल्यामुळे जबरदस्त तिटकारा आला तिच्या आवाजात, "एका तासाची मजा मारायची म्हणून का इथपर्यंत आणलं मी हे सगळं? इतक्या हलक्या पातळीचं आहे का माझं प्रेम तुझ्यासाठी?" तिचा द्वेष क्षणातच ओसंडून तिच्या अंतःकरणात ममता स्रवून झिरपला, "मला आई व्हायचंय नीरज... मला आई व्हायचंय..."

हुंदके देत बेडवर बसली, "मला आई व्हायचंय... पाळी मिस झालेली पाहायला कंटाळून गेलीये मी... प्रेग्नन्सी टेस्टवर दोन गुलाबी रेषा बघायला थकून गेली आहे मी... त्या सकाळच्या उलट्या... सगळ्यांची माझ्यासाठीची काळजी..."

स्पृहाने तिच्या ओटीवर अलगद हात ठेवला, "ती पहिली सोनोग्राफी... माझ्या आतल्या इवल्याश्या जीवाचे ते हृदयाचे पहिले ठोके... त्या बाळाला रात्री झोपताना हे सांगणं की मी त्याची आई आहे, त्याला हे सांगणं की तू लवकरच मम्माच्या कुशीत येणार आहेस... ते सातव्या महिन्यातले डोहाळे... त्याचं आतल्या आत मला लाथा मारून झोपू न देणं... ती नवव्या महिन्यातली अवघड... सगळं नीट होईल की नाही ह्याची धाकधूक... डिलिव्हरीच्या कळा आणि... बाळ बाहेर आलं की सुटकेचा निश्वास. त्याचा छोटासा गोड चेहरा पहिल्यांदा बघणं... त्याची पापी घेणं... त्याला माझ्या छातीला लावून दूध पाजणं... त्याला मोठं होताना बघणं... मला हे सगळं अनुभवायचंय... मला आई व्हायचंय... मला आई व्हायचंय नीरज तुला समजत कसं नाही..." स्पृहा दोन्ही हातानी चेहरा झाकून घळघळा रडत होती.

जड पावलांनी मी तिच्या बाजूला जाऊन बसलो. मी तिला जवळ घेतलं तर तिला गहिवरून आलं आणि मला बिलगली. तिच्या ओल्या पापण्यांची दव माझ्या गळ्याला स्पर्शित होती. तिच्या अश्रुंचे ओघळ माझ्या गळ्यावरून छातीवर वाहताना माझं काळीज चिरून गेले.

काही वेळानी स्पृहाचे हुंदके बंद झाले. त्या अवस्थेत आम्ही किती वेळ होतो माहित नाही. तिला छोटीशी झोप लागली असावी.

थोड्यावेळानी मला तिची हालचाल जाणवली. ती माझ्या कुशीतून बाहेर आली आणि उठून बाथरूममधे गेली. मी तिथेच हेल्पलेस बसून कोणत्याश्या दिशेला दिशाहीन, विस्कळीत बघत होतो. दोन मिनिटांनी चेंज करून आली. साईड टेबलवरची पर्स उचलली त्यातून क्लिप बाहेर काढली, केस बांधले आणि त्यानंतर आला तो रूमचं दार उघडायचा आणि बंद व्हायचा आवाज.

***

पुढले दोन दिवस मी ऑफिसला गेलो नाही. प्रियंकाचे कॉल्स आणि मेसेजेस इग्नोर करत होतो. शुक्रवारी ऑफिसला जाऊन फ्लोअरवर पाऊल टाकत नाही तर प्रियंकाचे डोळे मॉनिटरवरून डेस्परेटली माझी यायची वाटच बघत होते. घाईत माझ्या जवळ आली आणि दबक्या आवाजात मला विचारलं, "अरे कुठे होता? काय झालं? दोन दिवस झाले तुझा काही रिस्पॉन्स नाही? स्पृहाला मेसेजेस केले तिचा काही रिप्लाय नाही? काय चाललंय?" मी गप्प फक्त तिच्याकडे बघत होतो. फ्रस्ट्रेट झाली प्रियंका, "अरे काय चाललंय काही सांगशील का? झालं की नाही सगळं व्यवस्थीत?"

"बाहेर चल." मी म्हणालो.

टपरीवर गेलो. मी सुट्टा सुलगावला आणि तिला सगळी हकीगत सांगितली. बराच वेळ काही बोलली नाही. मग म्हणाली, "यु नो व्हॉट, मला शेवटपर्यंत वाटत होतं की तू नाही करणार." मी सुट्टा ओढत होतो. मती गुंग झाल्यासारखी वाटत होती. प्रियंका म्हणाली, "पण मग - आता?" मी अजूनही गप्पच होतो. "तिच्याशी बोलला नंतर?"

मी नकारार्थी मान हलवली.

"तिच्या घरी जाते आज संध्याकाळी. डिस्टर्ब्ड असेल ती पण."

मी होकारार्थी मान हलवली, "हम्म. जाऊन ये."

***

सिक्युरिटीने एन्ट्री केल्यावर इंटरकॉम लावला, "मॅडम कोई प्रियंका मॅडम आई है... ठीक है... जाईये मॅडम."

स्पृहाने दार उघडलं. तिचा डिप्रेस्ड मूड तिच्या चेहऱ्यावर स्पष्ट दिसत होता. प्रियंकाने आत येऊन तिची पर्स सोफ्यावर ठेवली.

"बस." स्पृहा म्हणाली, "कॉफी?"

"चालेल."

स्पृहाच्या मागे किचनमधे गेली. ती कॉफी बनवत होती आणि प्रियंका तिला बघत होती. दोघी बोलत नव्हत्या. कॉफीचे कप स्पृहाने डायनिंग टेबलवर ठेवले आणि दोघी आमोर सामोर बसल्या.

"नीरज दोन दिवसांनंतर आज आला ऑफिसला. आज सकाळी सांगितलं त्याने सगळं."

काही सेकंदांनंतर स्पृहा बोलली, "पुन्हा रागावला असेल माझ्यावर. काय विचार करत असेल तो माझ्याबद्दल. त्याच्या नजरेतून उतरली असेन मी. त्याने परत प्रूव्ह केलं की त्याचं प्रेम तेव्हाही निर्व्याज होतं आणि आजही तसंच आहे. आणि मी? परत तेच प्रूव्ह केलं - माझ्या जीवनातलं एकटेपण दूर करायला पुन्हा त्याच्याकडे भरकटत गेली."

"असं काही नाहीये स्पृहा. असा विचार नाही करत तो तुझ्याबद्दल."

"का नसेल करत? मीच त्याला भाग पाडलं. आई व्हायच्या मोहात त्याच्या प्रेमाचा गैरफायदा घेतला मी. त्याचा वापर करायचा प्रयत्न केला मी. शी..." डोळे मिचकावून निषेधात्मक मान हलवत होती.

कॉफी कपच्या रिमवर बोट फिरवत म्हणाली, "जिथून सुरुवात केली परत तिथेच येऊन पोहोचली. US हून ह्या इंटेन्शननी नव्हती आली मी इथे. पण आता त्याला हेच वाटत असेल."

"अगं असं नाहीये स्पृहा..." प्रियंका तिला समजावत होती.

स्पृहा ऐकत नव्हती, आपल्याच विचारांमधे होती, "त्या दिवशी शिवानीला मॉलमधे बघितलं तेव्हा ती माझ्या नजरेत भरली. माझ्या मनात विचार आला, हिच्यासारखं बाळ हवं. आणि तसं का नाही यावं माझ्या मनात - नीरजची मुलगीच ती. इतकी गोड, इतकी छान. त्याच्याचसारखी. एखाद्या लहान मुलीने बाहुलीचा हट्ट धरावा तसं झालं मला. तीन महिने झाले IVF प्रेपच्या टॅब्लेट्स सुरु आहेत. पण ट्रीटमेंट घ्यायला मी अजूनही तयार नाहीये. एका परक्या अनोळखी माणसाचं मूल माझ्या उदरात का वाढवू मी? माझ्याकडे वेळ कमी आहे. आणखी तीन-चार वर्षात मेनोपॉज हिट व्हायला लागला की संपला विषय. त्या रात्री खूप विचार केला आणि ठरवलं, नीरज माझी इच्छा

पूर्ण करेल. लहानपणापासून त्याच्यावर असलेल्या ओव्हरकॉन्फिडन्सला पुन्हा तोंडघशी पडली - नीरज तर ऐकेलच, कुठे जातोय मला सोडून? त्याला घृणा येत असेल आता माझी. त्याला पुन्हा तोंड दाखवायच्या लायकीची राहिली नाही मी. इतक्या वर्षांनी परत मिळाला होता, पुन्हा एकदा मित्र झाला होता. माझ्या मोहात सगळं वाया घालवलं मी. परत माझ्यापासून दूर जाईल तो. आता तो पुन्हा माझ्याशी बोलणं भेटणं बंद करून देईल. तू प्लीज त्याला माझ्या कडून सॉरी म्हणून देशील का. तुझं ऐकेल तो."

"तुझंही ऐकेल. तू भेट त्याला. काही हरकत नाही."

"नाही प्रियंका मी आता त्याच्याशी नजर भिडवू शकत नाही. काय वाटत असेल त्याला. किती चीप मुलगी आहे स्पृहा."

"असं अजिबात नाहीये. नीरज त्यातला नाहीचेय. त्याच्यासारखा पाहिलाच नाही मी आजपर्यंत. वेगळाच आहे तो. तू तर जास्त ओळखते त्याला माझ्यापेक्षा. खूप सोपं आहे त्याच्या प्रेमात पडणं. सहज आवडतो तो कोणालाही. सगळ्यांना घेऊन चालतो. माझ्याकडे स्पेशल लक्ष देतो. मला वाटतं मागच्या कुठल्यातरी जन्मी माझा मोठा भाऊच असावा. आणि तुझ्यावर तर आतोनात प्रेम केलंय त्याने. तुला मोह झाला ह्यात काहीच गैर नाही. आणि काय जुन्या बॉयफ्रेंड सोबत सेक्स करायसाठी तू तिथे गेली होती? तुझं दुःख माझ्यापेक्षा चांगलं कोण समजू शकतं?"

स्पृहाने प्रियंकाकडे बघितलं. "मी पण ट्रीटमेंट घेतेय." प्रियंकाने सांगितलं. "मला कम्प्लीटली समजतेय तुझी मनस्थिती. आणि ते सुद्धा नीरज होता म्हणून तू हिम्मत केलीस ना अर्थात. डोळे बंद करून विश्वास करू शकतेस तू त्याच्यावर. तो तर स्वतःचं बाळ तुला द्यायला निघाला होता. हे माहित असून की ते पोर त्याला कधीच वाढवता येणार नाही त्याला बघता येणार नाही. तरीही तो सगळं करायला तयार होता - तुझ्या आनंदासाठी, तुझं स्वप्न पूर्ण करायला. तो खरंच तुझ्यावर किती प्रेम करतो ह्याची काही सीमाच नाहीये स्पृहा."

"आणि तरी त्याला मी पुन्हा हर्ट केलं."

"हर्ट तर तू पण झालीच ना. जे घडू नाही शकलं त्याला आता काही करू शकत नाही. तुझ्याकडे आता ट्रीटमेंट शिवाय दुसरं ऑप्शन नाही. पण, इतक्या वर्षांनी तुमची मैत्री झाली आहे तुम्ही सगळे मिसअंडरस्टॅण्डिंग्स सॉर्ट केलेत, आता परत दुरावू नका. तुझी आठवण त्याच्या डोळ्यात मी बघितली आहे स्पृहा. पुन्हा त्याला सोडून नको जाऊ. त्याची मैत्रीण बनून राहा. आणि खरंच सांगते, तू म्हणतेय तसा विचार तो तुझ्याबद्दल नाही करणार. कधीच नाही."

**

Monday ला एका मीटिंगनंतर सगळे निघेपर्यंत प्रियंका आणि मी कॉन्फरन्स रूममधे मुद्दाम बसून होतो. सगळे गेल्यावर मी प्रियंकाला विचारलं, "कशी आहे ती?"

"वाईट वाटलंय तिला खूप. तुझ्या नजरेत पडली म्हणाली."

"असं काही नाहीये यार."

"तेच समजावलं मी तिला."

नेमकं तेवढ्यात कोणीतरी रूमचं दार ढकललं, "Do you need this room? We have a booking."

डोक्याला शॉटच लागला मला. "वरती चल." प्रियंकाला म्हंटलं.

कॅफेटेरियाच्या टेरेसवर गेलो. मी चहा घेऊन आलो, एक प्रियंकाला दिला.

"मी केले तिला कॉल्स. उचलत नाहीये ती. तू सांग यार तिला प्रियंका, भेट म्हणा... इतक्या वर्षांनी परत आलीये, पुन्हा नको सोडून जाऊ मला. मी काय चायला डाएट प्लॅन आहे - धरला सोडला."

"अरे हेच सगळं समजावलं मी तिला. प्रेम आहे म्हणून काय सगळ्या अपेक्षा पूर्ण व्हायलाच पाहिजे? मैत्री तर राहूच शकते ना."

"एक्झॅक्ट्ली." मी येरवडा जेलकडे बघत म्हणालो, "आपल्या ऑफिस लोकेशन सारखी झाली आहे माझी हालत."

"म्हणजे?"

"एकीकडे जेल. दुसरीकडे पागलखाना. मध्ये मी."

हसू आलं प्रियंकाला. चहा घेत म्हणाली, "पण नीरज, आता करायचं काय? आय मीन, तिला ट्रीटमेंट घ्यायची नाही. काय ती जन्मभर आई होण्यासाठी वंचित राहील? हे किती वाईट आहे. मी पण ट्रीटमेंट घेते आहे सो मला होप तर आहे की मी एक दिवस आई होईन. तिला ट्रीटमेंट घ्यावीच लागेल. तिचं मन वळवायला हवं. तिला आई व्हायचं असेल तर जे आहे ते ऍक्सेप्ट करावंच लागेल दुसरा काही मार्ग नाही."

गेले दोन दिवस माझ्या डोक्यात प्लॅन बी आखत चालला होता. मी चहाचे काही घोट घेतले आणि म्हणालो, "एक मार्ग आहे."

"काय?" प्रियंकाने भुवया नजीक आणत विचारलं.

"तू जिथे ट्रीटमेंट घेते आहे, ते तुझ्या ओळखीतले आहेत ना?"

"हो. तिथली सेंटर हेड चांगली ओळखीची आहे, म्हणून तर क्लिनिकल रेकॉर्ड्स वगैरे सगळं मॅनेज करून ट्रीटमेंट घेतली असं दाखवता आलं असतं."

"So she can be fully trusted then."

"काय चाललंय तुझ्या डोक्यात?"

"सांगतो. तू एक काम कर, स्पृहाला तिथेच ट्रीटमेंट घ्यायला कन्व्हिन्स कर. आणि त्या सेंटर हेडला पूर्ण विश्वासात घे. करू शकशील?"

"पण विश्वासात घेऊन करायचं काय?"

"सॅम्पल मॅनेज करू शकेल का ती? फक्त तू, स्पृहा आणि ती सेंटर हेड, आपल्या शिवाय कोणाला कळता कामा नये की सॅम्पल माझं आहे."

माझ्या उत्तरानं प्रियंकाचे डोळे चमकले.

***

प्रियंका स्पृहाशी सविस्तर बोलली सगळं. रात्री साडे-अकरा वाजता प्रियंकाचा WhatsApp आला, "उद्या दुपारी दोन वाजता WestEnd ला?"

"ओके." मी रिप्लाय केला.

मी पोहोचलो तेव्हा फूडकोर्टला दोघी बसल्या होत्या. मी त्यांच्या समोर जाऊन बसलो. प्रियंकाने Hi केलं. स्पृहा माझ्याकडे बघत नव्हती. प्रियंका घशातली खरखर दूर करून, चेयर मागे ढकलून उठायला लागली, "बोला तुम्ही. मी येते फिरून."

"नाही प्रियंका इथेच बस प्लीज. तुझ्यापासून काय लपवणार आम्ही?" स्पृहा म्हणाली.

प्रियंका बसली.

"स्पृहा... बघ तर माझ्याकडे." मी म्हणालो. फायनली माझ्याकडे बघितलं तिने आणि सॉरी म्हणाली. "सॉरी कशाला म्हणतेयेस? आणि कोणाला - मला? मी समजून घेणार नाही असं कसं वाटलं तुला. तू नाही का माझ्या चुका सांभाळून घेतल्या लहानपणी? आणि एवढं काही नाही झालंय इट्स ओके. पण तुला प्रियंकाने समजावलं ते पटतंय का?"

"हो."

मला जरा रिलॅक्स वाटलं, "गुड. मग पुढे जाऊया. वेळ नको घालवायला." मी प्रियंकाकडे बघून म्हणालो, "We need to do it."

"हम्म. बोलते तिच्याशी. त्याचे काही नियम असतात, रेजिस्ट्रेशन, तुझ्या काही टेस्ट्स, सीक्रसी नॉर्म्स, NDA, हे ते. त्यातलं बघावं लागेल ती काय काय स्किप करू शकते, काय काय मँडेटरी आहे. थोडं कठीण आहे बट करावं लागेल मॅनेज."

पुढला अर्धा तास आम्ही हे सगळं मार्गी लावायचा प्लॅन चॉक आऊट करायला लागलो.

स्पृहा कॅबनी गेली आणि मी प्रियंकाला ड्रॉप केलं. जाताना म्हणाली, "आपल्याला आधी का नाही सुचलं रे हे?"

"रेट्रोस्पेक्टिवलीच हे सगळं समजतं प्रियंका. त्या-त्या वेळेला आयुष्यात प्रत्येकच गोष्ट राइट करत आलो तर अनुभवाचे धडे मिळणार कसे? आपल्याला वाटत असतं की आपण योग्यच करतोय. ऑब्व्हियसली ना, आपण जाणूनबुजून स्वतःसाठी चुकीचे निर्णय का घेणार. We always think we are taking the right decisions for ourselves. ते बरोबर होतं की चूक, हे भविष्यातच कळतं."

"उदाहरणार्थ लग्न." प्रियंका म्हणाली. दोघंही हसलो आम्ही.

"Let's just hope everything works out well." मी मनात प्रार्थना करत म्हणालो.

"होईल. आपलं इंटेन्शन चांगलंय ना... सगळं होईल व्यवस्थीत."

"You know what प्रियंका... एकच गर्लफ्रेंड, तिच्याशीच लग्न, तिच्याचसोबत संसार आणि म्हातारे झाल्यावर तिच्या आधी आलेलं मरण. इतकी सोपी होती माझ्या आयुष्याची व्याख्या."

"आपण फक्त पत्त्याचे धनी. मजकूराचा-"

"मजकूराचा मालक निराळाच असतोsss." हे पुढचं आम्ही दोघंही सोबत म्हणालो हसत. "I know - पु.ल. खरंच आहे."

***

पुढल्या काही दिवसात प्रियंका आणि मी गूगल सर्च, इतर माध्यमांतून माहिती मिळवणे, ह्याच्यात अनुभवी असलेल्या एक दोन लोकांना आमच्या ओळखीच्यांतल्या अमक्या तमक्याची केस म्हणून सल्ले घेणे, त्यातले लूप-होल्स इत्यादी इन्फॉरमेशन गोळा केली.

ऑफिसमधे प्रियंकाला विचारलं, "जमतंय का सेंटरवर सगळं?"

"जमतंय. थोडे पैसे पण खिलवावे लागतायेत, तिच्या स्टाफमधे पण एक-दोन लोकांची तोंडं बंद करावी लागतील ना. शिवाय रेजिस्ट्रेशन, टेस्ट्स, ऑडिट्स आणि गव्हर्नमेंटला लागणारी कागदं, त्यात पण जरा हेराफेरी..."

"हम्म."

"होतंय पण. काळजी नको करू. हॉटेल सोपं होतं ह्याच्यापेक्षा."

"अरे यार प्रियंका!"

"अरे असंच म्हणते आहे."

एक-दोन दिवसांनी स्पृहाने तिच्या नवऱ्याला WhatsApp केला, "मी ट्रीटमेंटला तयार आहे."

त्याचा लगेच कॉल आला, "Wow स्पृ! हा बदल कसा काय झाला? I am so excited! This is awesome! My God, I can't believe it! How did you decide? कोणी करून दाखवला हा चमत्कार! हा बदल कसा काय झाला?"

"प्रियंकाशी बोलली. ती पण घेते आहे ट्रीटमेंट. तिच्याच सोबत घेईन."

"That's great news स्पृ! I am so happy! I can't wait to see you!"

***

सगळा फ्लॅशबॅक ऐकून झाल्यानंतर सगळेच स्तब्ध होते. बराच वेळ कोणी काहीच बोललं नाही. मग शेखर बोलला, "आणि तुझी अपेक्षा आहे की मी हे सगळं समजून घ्यावं."

स्पृहा ब्लन्ट्ली म्हणाली, "ते आता तुला ठरवायचंय."

स्पृहाच्या डोळ्यात पाणी तरारलं होतं पण ती आता बरीच स्थिरावलेली वाटत होती. शेखरने योग्य प्रश्न विचारला, "सॅम्पलच घ्यायचं होतं तर दुसऱ्या कोणा ओळखीच्याचंही घेता आलं असतं. त्याचंच घ्यायची काय गरज होती?"

स्पृहा ओरडलीच, "कोणाचं? सांग ना कोणाचं? तुझ्या बाबांचं? ज्यांना ब्लड कॅन्सर आहे? की तुझ्या दारुड्या भावाचं? ज्याला कोड आहे. की तुझ्या एखाद्या मित्राचं?"

"चाललं असतं."

"अच्छा? चाललं असतं? आणि त्या मित्रानी नंतर घरी येऊन बाळाला मांडीवर खेळवलं असत तेव्हा? त्याचे लाड केले असते तेव्हा? ते सहन करता आलं असत तुला? माझ्या बाळाला मला आत्ता भेटायचंय म्हंटलं असतं तर जमलं असतं तुला? पटलं असत ते? इतक्या मोठा मनाचा आहेस तू?"

"ते मी बघितलं असतं."

"हो का? इतके दिवस झाले इथे तू माझ्याशी एक शब्द बोलत नाहीये. काही एक ऐकून घ्यायला तयार नव्हता. त्या घटनेला एक दुसरी बाजू पण असू शकते हा विचार तरी करायला तयार होता का तू? आज प्रियंका पाच महिन्याची प्रेग्नन्ट इथे आलीये. कोणासाठी आलीये ती? तिला काय पडलीये?"

शेखर उठून आवेगाने निघून गेला.

दुसऱ्या दिवशी संध्याकाळी शेखरचा प्रियंकाला कॉल आला, "मला थोडं बोलायचं होतं तुमच्याशी."

तिने स्पीकरवर टाकला, "कधी येताय तुम्ही?"

"नाही - घरी नाही. बाहेर कुठेतरी."

"ओके..."

"तुम्ही Almaden Lake Park ला येऊ शकता का?"

स्पृहा बाजूलाच बसली होती. इशाऱ्यानी तिने थम्ब्स-अप दाखवलं. "येस. किती वाजता?"

कॉल कट केल्यावर स्पृहाच्या चेहऱ्यावर थोडी सकारात्मकता दिसली. किंचित का होईना पण काहीतरी हालचाल पुढल्या दिशेने होत होती. स्पृहा म्हणाली, "मी ड्रॉप करीन तुला. तुमचं बोलणं झालं की मला कॉल कर. घ्यायला येते."

पार्क समोर स्पृहाने प्रियंकाला ड्रॉप केलं तेव्हा शेखर बेंचवर बसला होता. स्पृहाने कारची विंडो खाली केली तेव्हा दोघंही एकमेकांकडे निर्विकार नजरेनी बघत होते. स्पृहाने परत विंडो वर केली आणि घरी निघाली.

प्रियंका शेखरच्या बाजूला बसली. थोडावेळ शांत होता. मग म्हणाला, "लुक आय एम सॉरी की तुम्हाला ह्या अवस्थेत हे सगळं..."

"That's no problem."

"स्पृहाचे WhatsApp मेसेजेस वाचून मला वाटलं की ट्रीटमेंट वगैरे सगळं नाटक होतं. आणि घडलं काही वेगळंच."

"नाही. Exactly opposite. ट्रीटमेंट खरी होती. बाकी काहीच घडलं नाही. आणि... तरीही if you want to talk to the clinic center head-"

"नाही... त्याची गरज नाही. तेवढा विश्वास आहे स्पृहावर. मला... मला वाईट ह्याचं वाटतं की इतक्या टोकापर्यंत कशी काय गेली स्पृहा?"

155

"आई व्हायच्या मोहात. कितीही झालं तरी, एक आई होणं बाप होण्यापेक्षा खूप वेगळंय. माझं एक मिस्कॅरीएज झाल्यानंतर ऑलमोस्ट तीन वर्षांनंतर मी आता प्रेग्नन्ट आहे. आणि ते ही ट्रीटमेंट नंतरच. ही काय फीलिंग आहे हे माझा नवरा कधीच समजू शकणार नाही. जगातला कुठलाच नवरा नाही. तिला मोह झाला ह्यात काहीच गैर नाही. त्यातून मार्ग कसा काढला गेला हे बघणं महत्वाचं नाही का?"

"पण तरी-"

"I can understand what you must be feeling. एकदा तिच्याकडून पण विचार करून पाहा. आणि तुम्हाला कदाचित आश्चर्य वाटेल पण हा मार्ग स्वतः नीरजने सुचवला."

शेखरने एकदम मान वर करून प्रियंकाकडे बघितलं. "आणि जर तो उद्या इथे आला तर? त्याने म्हंटलं मला माझं बाळ परत हवंय तर? स्पृहा पुन्हा त्याच्याकडे कधी झुकली तर? मला सोडून त्याच्यासोबत चालली गेली तर?"

"ह्या इंसिक्युरिटीज तुमच्या मनात येणं अगदी साहजिक आहे. पण असलं काही कधीच घडणार नाही. असं व्ह्याचं असतं तर आधीच नसतं का झालं? ते दोघं सुद्धा समजुद्दार आहेत. इतके सेल्फिश असते तर आज ते सोबत असते. आणि क्लेम तर सोडा नीरजला कधीच त्याच्या बाळाला बघायला देखील मिळणार नाहीये. इतकं मोठं सॅक्रिफाईस तर तो पण करतोच आहे ना? आणि तो पुण्यात सेटल्ड आहे, त्याची बायको व्हीलचेयरवर असते. तो कसला येतोय कधी कॅलिफोर्नियाला. मी गॅरेंटी देऊ शकते ह्याची. So don't worry about all this. All you have to care about now is Spruha. तिला तुमची गरज आहे आत्ता."

"स्पृहाने मला हे सगळं सांगून करायला हवं होतं."

"कशी सांगू शकली असती ती? आणि ती बोलली असती की नीरजचं सॅम्पल घेऊया तर ते तुम्हाला पटलं असतं का? कोणती बायको सांगेल आपल्या नवऱ्याला की मला माझ्या प्रियकराचं मूल हवं. ती सांगणार होतीच सगळं पण बाळ झाल्यानंतर. हे सगळं साकारण्यामधे आम्हाला काय काय करावं

लागलंय फक्त आम्हाला माहिती आहे. हे सगळं मॅनेज करणं was next to impossible. देवाच्या कृपेने झालं सगळं व्यवस्थीत."

तासभर शेखर आणि प्रियंकाची चर्चा चालली. मात्र त्याला कितपत पटलं होतं प्रियंका ह्या स्टेजला सांगू शकत नव्हती. "मी तुम्हाला घरी ड्रॉप करतो." शेखर म्हणाला.

***

"भूक लागलीये?" स्पृहाने प्रियंकाला विचारलं.

"नाही. कॉफी घेऊया का?"

"हो, करते."

कॉफी घेताना प्रियंकाने तिचं आणि शेखरचं झालेलं बोलणं सांगितलं. "मला तर वाटतंय ऐकेल तो. पटेल त्याला. थोडा आणखी वेळ दे. त्याच्याशी बोलत राहा मात्र."

"हम्म."

बॅकयार्डमधे बसून दोघींनी आणखी बराच वेळ चर्चा केली.

रात्री स्पृहा प्रियंकाला म्हणाली, "आज माझ्या खोलीत झोपशील का?"

"Sure. चल तू मी माझं डूवे घेऊन येते."

"तुला काय वाटतं मनापासून?"

"हे बघ स्पृहा, त्याचं चिडणं काही चुकीचं नाही. पण आता सगळं ऐकून समजून घेतल्यावर त्याच्या चित्तात बदल झाला पाहिजे. वेळ दे त्याला पण सगळं कंटेम्पलेट करायला. त्याच्याही आयुष्यात ही फार मोठी घटना आहे. तू त्याला नंतर सगळं सांगितल्यावर सुद्धा काय तो लगेच समजला असता? लगेच सगळं मान्य केलं असतं? तेव्हाही त्याने वेळ घेतलाच असता. बरंच झालं हे आत्ताच झालं सगळं. नंतर तुला माझी साथ लागली असती तरी मला माझ्या बेबीला सोडून येणं खूप कठीण झालं असतं."

"हम्म."

थोड्यावेळानंतर प्रियंकाला खुद्‌कन हसायला आलं. "काय झालं?" स्पृहाने विचारलं.

"दोन प्रेग्नन्ट बायका आजूबाजूला झोपल्या आहेत. How funny."

विसरलेलं हास्य परतल्यासारख्या दोघी खदखदून हसल्या.

रात्री कधीतरी जाग आली तेव्हा स्पृहाने शेखरला WhatsApp केला, "प्लीज घरी ये. I need you more than ever right now."

ब्लू टिक लगेच आला पण शेखरने काही रिप्लाय केला नाही.

सकाळी उठल्यावर दोघी किचनमधे चहा करत होत्या.

प्रियंकाला शेखरचा कॉल आला. त्याच्याशी एकांतात बोलायला म्हणून बॅकयार्डमधे गेली. ते दोघं आणखी तासभर बोलले. स्पृहा घरकाम करत किचनमधून तिला फोनवर बोलत असताना फेऱ्या मारताना बघत होती.

आत आल्यावर स्पृहा म्हणाली, "प्रियंका... Thanks for everything you have done. मला वाटतं तू... तुला जायचं असेल इंडियाला परत तर हरकत नाही. माझ्यासाठी इथे किती दिवस अडकून राहाशील."

"अगं मला राहायला काही प्रॉब्लेम नाही. पण पुष्कर तिथे काळजी करत असेल. आधी एक मिस्कॅरीएज होऊन गेलंय ना, जरा भीती वाटते गं."

"म्हणूनच म्हणते आहे. तू इतकी रिस्क घेऊन माझ्यासाठी आलीस. You did everything you could. आता ह्याच्यानंतर शेखरचा निर्णय आणि माझं नशीब."

दुपारी स्पृहाने SFO टू पुणे फ्लाईट्स बघितल्या. Saturday ला निघायचं नक्की झालं.

निघताना प्रियंकाने स्पृहाची कपाळावर पापी घेतली, तिला मिठी मारली. स्पृहा म्हणाली, "डोहाळे जेवण जोरात करायची इच्छा होती..."

"सगळं ठीक होईल बघ तू. थोडा आणखी पेशन्स ठेव."

प्रियंकाने आईंना नमस्कार केला, "अगं-अगं वाकू नकोस." आई म्हणाल्या, "तू खूप मोठं काम केलंस बेटा. स्पृहाची खरी मैत्रीण आहेस."

"तिची काळजी घ्या काकू."

स्पृहाने प्रियंकाला एयरपोर्टवर ड्रॉप केलं. चेक-इन, सिक्युरिटी सगळं झाल्यावर बोर्डिंग गेटवर जरा निवांत बसली. बोर्डिंग अनाउन्समेंट झाली, प्रेग्नन्ट असल्यामुळे तिला लाइनमधे प्राधान्य मिळालं. नाकावरच्या मास्कने दाटून आलेला श्वास तिला कासावीस करत होता. केबिन कंपार्टमेंटमध्ये बॅग ठेवली, आणि सीटवर बसून मास्क खाली ओढून प्लेनच्या खिडकीबाहेर SFO एयरपोर्ट बघत होती. मोबाइल स्विच-ऑफची इन्फ्लाइट अनाउन्समेंट झाली आणि प्रियंकाने पुष्करला WhatsApp केला, "निघाली."

***

आठवडाभर काहीच हालचाल झाली नाही.

शेखरला ऑफिसमधे त्याच्या बॉसने म्हंटलं, "Hey Shekhar! How are you? Hope your wife is doing great!"

त्याचे कलीग्स लंचवर चिडवत होते, "बॉस, ऐश करून घे काही दिवस. मग डायपर बदलत बसशील रात्रभर!" शेखर कृत्रिम हसत होता.

एक दिवस ऑफिसमधे सहज बोलता बोलता टॉपिक पॅरेंटिंग वरून कपल्स, इन्फर्टिलिटी आणि रिलेशनशिप्सकडे वळला. शेखरचे कलीग्स बोलत होते, मधुरा म्हणाली, "गाईज तुम्हाला कळलं गौरी आणि सुबोधचं?"

"काय?" त्यांच्यातल्या एका अलोकने विचारलं.

"गौरी सोडून गेली त्याला. डायव्होर्स फाइल केलाय."

"That's so mean ya. इन्फर्टिलिटी कॉमन इशु आहे these days. बिचाऱ्या सुबोधचा काय दोष. आणि प्रॉब्लेम तिच्यात असता तर?"

मनप्रीत म्हणाला, "अरे मेरी सिस्टर का भी ऐसा ही हुआ ना. तीन बार मिस्कॅरीएज हुआ. फिर ट्रीटमेंट के सॅम्पल में कुछ प्रॉब्लेम्स आये. पता चला एक पूरा का पूरा बॅच फॉल्टी था. उसमें और दो साल बीत गये. सबने केस वगैरा फाइल किया लेकिन कुछ ना हुआ जी आग्गे. तंग आकर मेरे जिजा ने छोड़ दिया उसको. डायव्होर्स भी नहीं देता, लटकता छोड़ दिया मेरी बहन को. कोई गर्लफ्रेन्ड थी उसकी शादी से पहले उसके साथ रहने लगा हैं कमीना. बास्टर्ड साला." मनप्रीतने त्याचा राग आवरला आणि शेखरकडे पाहून म्हणाला, "एनीवे. और शेखर की हाल? किन्ने दिन और जी?"

"हम्म? बस, और थोड़े दिन पाजी."

"बढ़िया भाई! बाप बन जाओगे तुस्सी!" शेखरचे सगळे केलीग्स आनंदानी हसले. त्यांना दाखवायला म्हणून तो बनावटी हसला.

त्या दिवशी घरी जाताना शेखरच्या मनात चाललेल्या विचारांचा कल्लोळ कुठेतरी केंद्रित व्हायला लागला. त्याने स्पृहाला फोन केला.

"शेखर!"

"ठीक आहे सगळं?"

"हो. एकटीच Lamaze Classes करते आहे. शेखर प्लीज घरी ये ना."

"गुड नाईट स्पृहा."

एका आठवड्यानंतर आईंचा शेखरला कॉल आला, “स्पृहाला कळा येतायेत!”

शेखर लगेच घरी आला. स्पृहाला गाडीत बसवलं आणि El Camino हॉस्पिटलमधे ऍडमिट केलं.

शेखरने बाळाला धरलं तेव्हा तो आनंदाश्रू थांबवू शकला नाही. डिस्चार्जनंतर शेखर घरी राहिला, स्पृहा आणि बेबीचं थोडंफार सेटिंग करून दिलं आणि मग परत तिच्यापासून दूर राहू लागला. तो स्पृहाला फोन करत होता, WhatsApp कॉल करून बेबीला बघत होता पण घरी काही अजूनही परतत नव्हता. त्याचे विचार त्याला आतल्या आत आटवत होते.

स्पृहने प्रियंकाला बेबीचे फोटोज पाठवले. तिचा कॉल नाही आला पण काँग्रॅज्यूलेशन्सचा फक्त एक मेसेज आला. स्पृहाला आश्चर्य वाटलं की बेबीचा फोटो बघूनही प्रियंकाचा कॉल कसा काय नाही आला? शेखर घरी आला का तिने विचारलं. स्पृहाने लिहिलं अजूनही नाही. "येईल" - प्रियंकाने रिप्लाय केला.

गेले काही दिवस शेखर त्याच्या एका लॉयर मित्राकडे रोज ड्रिंक्सवर हाच विषय बोलून मन मोकळं करत होता. त्याच्या मित्रानीही त्याची समजूत काढली.

"हे बघ यार शेखर, तुझा पॉईंट ऑफ व्हिव काही चुकीचा नाहीये. पण इतक्या वर्षांनंतर आज तुझ्याकडे मुलगा आहे. स्पृहासारखी बायको आहे. तुझ्या लाइफमधली सगळ्यात मोठी आणि मोस्ट अवेटेड गोष्ट पूर्ण झाली आहे. तू फक्त काय एवढ्या कारणामुळे सगळं झुगारून टाकशील की बेबीचं सॅम्पल स्पृहाच्या प्रियकराचं होतं? एकदा दुसरी बाजू बघ. स्पृहाला जन्मभर त्या बाळाची किती ओढ राहील ते बघ. An unknown donor would have been a hard choice for her too. आज तिच्या जागी आपण असतो तर? आणि जे सगळं तू मला सांगितलंस, इट लूक्स लाइक त्यांचं प्रेम स्वच्छ होतं, खरं होतं, चांगलं होतं. मला त्यात काही फालतूपणा दिसत नाहीये. त्यांचं लग्न नाही होऊ शकलं, हा त्यांच्या नशिबाचा भाग. ह्या गाठी वर बांधून आलेल्या असतात. Spruha was promised to you in this life. And she was promised Neeraj's child in this life. म्हणून हे सगळं असं घडलं. दुसरं काही लॉजिक नाहीये त्याला."

त्याने शेखरच्या खांद्यावर हात ठेवला, "हि चांगलीच गोष्ट झाली शेखर की now you know all this. तुझ्यापासून काही लपलेलं नाही. जे झालं ते सरळ सांगितलं तुला सगळं स्पृहाने. It's a good thing की एका चांगल्या

माणसाचं बाळ तिला मिळालं. त्या व्यक्तीचं ज्यानी प्रेम केलं तिच्यावर. काय वाईट आहे त्यात?

I have seen so many revenge stories in such matters. खूप वाईट होतं लोकांसोबत तुला कल्पनाच नाहीये how out of hands these things can get. पण ही स्पृहाची कहाणी, फार वेगळी वाटते आहे. ह्यात कुठेच मला खोटेपणा, लुच्चेपणा, घाणेरडेपणा दिसत नाहीये. आजकाल छोट्याशा कारणावरून लोक एकमेकांना सोडतात रे, तुम्हा दोघांमधे इतकं प्रेम आहे विश्वास आहे. आजपर्यंत तुम्ही एकमेकांना कधी सोडलं नाही. आता तर तुमची सगळी स्वप्न पूर्ण झाली. I really think you should go back to her. तू एकदा पॉझीटीव्हली विचार करून बघ. Its actually a blessing. And all said and done, आज स्पृहा आई झाली आहे आणि तू बाप. चौदा वर्षांनंतर. तिला तुझी सगळ्यात जास्त गरज आता आहे. Physically as well as mentally. And that baby needs his parents."

Shekhar was sitting on the fence for a long time. He finally tipped over.

त्या रात्री त्याच्या विचारांमधे बदल झाला.

***

163

इंडियामधे पुष्करने प्रियंकाला पुणे एयरपोर्टवर पिक केलं होतं तेव्हा पुष्कर नाखुश होता. प्रियंकाने त्याला सगळं अपडेट दिलं. "तू इतका नाराज का दिसतोयस पुष्कर? होईल तिचं सगळं ठीक."

घरी आल्यावर पण पुष्कर काही नीट बोलत नव्हता. प्रियंकाने पुन्हा विचारलं. "काय झालं पुष्कर तू नीट बोलत का नाहीयेस माझ्याशी?"

पुष्कर अत्यंत निराश आवाजात बोलला, "तू तुझ्या ऑफिसचे काही मेल्स नाही बघितलेस का?"

"नाही अरे काहीच चेक नाही केलं मी. सगळं लक्ष स्पृहावर दिलं. म्हंटलं तिचं एकदा निस्तरलं की बाकी सगळं बघते नंतर."

पुष्कर प्रियंकाच्या कुशीत येऊन ओक्साबोक्शी रडला.

"पुष्कर? अरे काय झालं? इतका का रडतोयस? काय झालं पुशी? Pushi please talk to me I am getting scared now."

त्याची काही सांगायची हिम्मतच होत नव्हती.

***

सनीवेलला सकाळी शेखर फायनली घरी आला. मनापासून. आईंनी दार उघडलं. बाळाचं रडणं, फीडिंग, डायपर, झोपवून देणे, ह्यात आईंची आणि स्पृहाच्या रात्रीची सकाळ कधी होत असे पत्ता लागत नसे.

"स्पृहा कुठे आहे आई?"

"अंघोळीला गेलीये."

शेखर बेडरूममधे जाऊन कौतुकाने बाळाकडे बघत होता. त्याच्याशी बोलायला खेळायला लागला. त्याला कुशीत घेतलं आणि त्याचे लाड करायला लागला. स्पृहा बाथरूम मधून आली. हे दृश्य पाहायला तिचे डोळे थकून गेले होते. शेखरने बाळाला हळुवार बेडवर ठेवलं आणि स्पृहा जवळ आला.

"स्पृ..."

स्पृहाने त्याला कडकडून मिठी घातली.

"आय लव्ह यु स्पृ."

"आय लव्ह यु टू शेखर."

काही दिवसांनंतर शेखर सकाळच्या चहावर स्पृहाला म्हणाला, "स्पृहा मला काही बोलायचंय."

"बोल ना प्लीज बोल. तुझ्या अजूनही काही शंका कुशंका असतील-"

"नाही तसलं काही नाही. I think, I should go to India. I should thank Neeraj. मला त्याला भेटायचंय."

"हे सगळं करायची काही गरज नाहीये शेखर-"

"स्पृ I want to. Really."

"शेखर मी कधीच पुन्हा त्याच्याशी बोलणार नाही. आम्ही काहीच कॉन्टॅक्ट ठेवणार नाही."

"मी असं काहीच म्हणत नाहीये स्पृहा. From my side I just want to go and thank him."

"खरंच जायचंय तुला?"

"हो. दोन-चार दिवसात लगेच परत येईन. तुझ्या आणि बाळाशिवाय राहू शकत नाही आता."

स्पृहाने संध्याकाळी प्रियंकाला WhatsApp केला, "शेखर इंडियाला यायचं म्हणतोय. नीरजला भेटून थँक्स करायचंय म्हणतो. इतका कसा बदलला माहित नाही. छोटा नीरज घरी आला आणि जादूच झाली असं वाटतंय. सगळं वातावरण बदलूनच गेलंय."

स्पृहा बुचकळ्यात पडली की ह्या मेसेजवर सुद्धा प्रियंकाचा काहीच रिप्लाय कसा काय आला नाही?

त्या वीकएंडला शेखर पुण्याला पोहोचला. त्याने प्रियंकाला WhatsApp केला, "Hi प्रियंका. पोहोचलो. वेस्टिनला थांबलो आहे. संध्याकाळी येतो जेटलॅग नसला तर! ॲड्रेस पाठव प्लीज."

संध्याकाळी शेखर प्रियंकाच्या घरी गेला. खूप उत्साहात होता. "Hi प्रियंका! Hey पुष्कर!"

"ये ये शेखर बस." पुष्करने त्याला सोफ्यावर बसवलं.

प्रियंकाच्या समोर सोफ्यावर येऊन बसला आणि म्हणाला, "मला तुला - तुला म्हंटलं तर चालेल ना? SFO ला आली होती तेव्हा मी खूपच फॉर्मली तुम्हाला तुम्हाला करत होतो. मला जाणवलं, स्पृला इतके ऑसम फ्रेंड्स मिळाले आहेत, इतके बेस्ट लोकं आपण गमवायला नको लाइफमधे. अशी लोकं असे मित्र मैत्रिणी शोधून सापडणार नाहीत. आणि माणूस आहे तोपर्यंत मनात आलं तर त्याच्याशी बोलून घ्यावं नाही का? मला खरंच तुम्हाला दोघांना आणि एस्पेशली नीरजला थँक्स करायचंय. I really want to meet him. मी फक्त तीनच दिवस घेऊन आलोय कारण स्पृ आणि बेबी माझी वाट बघणार तिथे. नजरेसमोरून जात नाही आता दोघंही माझ्या. माझी

फॅमिली कम्प्लीट झाली आफ्टर सो मॅनी इयर्स. कॉल कर ना प्लीज नीरजला."

प्रियंका घळघळ रडायला लागली. शेखर म्हणाला, "Hey! Please don't. Everything is okay now. मला समजलं सगळं आणि पटलं देखील. जे झालं ते चांगलंच झालं. काही गोष्टी आपल्या हाताबाहेर असतात. त्या एक्सेप्ट केल्या तर खरंच आयुष्य किती सुंदर आहे हे मी शिकलो." शेखरला वाटलं सगळं ठीक झालं म्हणून प्रियंकाला रडायला येतंय.

प्रियंका पुटपुटली, "नीरज नाहीये."

"नाहीये? डोन्ट टेल मी की तोच नेमका आत्ता पुण्यात नाहीये?"

प्रियंकाने पुष्करकडे बघितलं. शेखर म्हणाला, "नीरज इंडिया वगैरे सोडून गेला की काय? कुठे जावं लागेल त्याला भेटायला मग?"

पुष्करने प्रियंकाच्या जवळ येऊन तिच्या खांद्यावर हात ठेवला. प्रियंकाचा कंठ दाटून आला होता. रडत रडत तिने सांगितलं, "नीरज गेला शेखर... नीरज गेला..." प्रियंका दोन्ही हातानी चेहरा झाकून ढसढसा रडत होती.

शेखरच्या चेहऱ्यावरचे हावभाव एकदम बदलले. त्याने पुष्करकडे बघितलं. पुष्करने सांगितलं, "प्रियंका US ला गेली होती तेव्हा... काही कामानी मुंबईला गेला होता. येताना एक्सप्रेसवेवर... त्याचा ॲक्सीडेन्ट झाला. मला रश्मीचा पहाटे कॉल आला. मी आदित्य बिर्लाच्या ॲक्सीडेन्ट अँड ट्रॉमाला गेलो. मी पोहोचलो तोपर्यंत..."

***

फ्लाइटमधून परत जाताना शेखरला त्याचेच शब्द आठवत होते - माणूस आहे तोपर्यंत बोलून घ्यावं.

त्याच्यासमोर पुढला भीषण प्रश्न होता, स्पृहाला हे कसं सांगायचं?

घरी पोहोचल्यानंतर स्पृहाने अतिशय आनंदानी दार उघडलं आणि त्याला मिठी मारली. त्याची पापी घेतली आणि म्हणाली, "We both missed you so much! जा अंघोळ कर. बेबी तुझी वाट बघतो आहे तुझ्याशी खेळायला."

तो जाऊन सोफ्यावर बसला. स्पृहाने त्याला पाणी आणून दिलं आणि त्याच्या समोर येऊन बसली. शेखरने पाणी न पीता ग्लास तसाच सेंटर टेबलवर ठेवला.

"भेटला सगळ्यांना? मी प्रियंकाला मेसेजेस केले कॉल्स केले पण तू तिथे गेला आणि सगळे मलाच विसरले!"

शेखर हळुवार पावलाने स्पृहा जवळ आला. स्पृहा मान वर करून त्याच्या डोळ्यात बघत होती. त्याचा गंभीर चेहरा पाहून ती गप्प झाली. शेखरने स्पृहाचे दोन्ही खांदे धरले. "काय झालं शेखर?"

शेखर तिच्या बाजूला बसला आणि तिला मिठीत घेतलं. स्पृहाला राहवेना की शेखर तिच्या प्रश्नाचं उत्तर का देत नाही आणि इतका दुःखात ग्रासलेला का दिसतोय? त्याच्या मिठीतून बाहेर आली आणि तिने पुन्हा विचारलं, "शेखर काय झालं?"

शेखरने कसाबसा कोरडा पडलेला घसा आवंढा गिळून ओलावला, "स्पृहा..."

***

पुढे शेखरने रश्मीची प्रोस्थेटिक लेग सरजरी सॅन फ्रँसिस्को स्टेट हॉस्पिटलला स्पॉन्सर केली आणि शिवानीचं संपूर्ण एजुकेशन त्याने फंड करायचं ठरवलं.

नीरज सगळ्यांची स्वप्न पूर्ण करून गेला. प्रत्येकाला काहीतरी देऊन गेला. स्पृहाला आई होता आलं, शेखरला वडील, रश्मीला परत तिच्या पायावर चालायचा स्वाभिमान, शिवानीला भाऊ, प्रियंकाला मैत्रीतल्या अविस्मरणीय आठवणी. पण ह्या सगळ्यांनी एक खूप चांगला मित्र गमावला. नीरजला त्याच्या बाळाचा चेहरा कधीच पाहायला मिळाला नाही. दोन महिन्यांनी प्रियंकाला मुलगी झाली. तिने तिचं नाव ठेवलं, ' नीरजा '

समारोप

स्पृहा आणि नीरजच्या प्रेम कहाणीतल्या आठवणी पूर्णतः फक्त दोनच व्यक्तींना ठाऊक - खुद्द स्पृहा आणि नीरज.

मला कुठेतरी असं वाटतं की प्रेम संबंधांमधे आपल्यापेक्षा मोठयांचा आणि अनुभवी लोकांचा गाइडन्स घेणं काही चुकीचं नाही. आणि लहानपणीच प्रेमात पडलेल्यांना तर हे जास्त गरजेचं आहे. आपण सगळेच त्याच्यातून जातो. पण आपली मुलं प्रेमात कशी वागतायेत हे समजून घ्यायचा प्रयत्न आपण कधी करतो का?

आजकाल तर जन्मभर साथ देणारी व्यक्ती सापडणं कर्म कठीण. त्यावर आपल्या अपेक्षा आणि महत्वाकांक्षांचं ओझं. आयुष्यात सगळेच स्वप्न काही पूर्ण होत नाहीत. मात्र सहज मिळालेलं प्रेम नेहमी साजरा करावं आणि ती व्यक्ती जपावी - एवढंच आपल्या हातात. अर्थात, नियतीचे डावपेच समजणं आपल्या बुद्धीच्या पलीकडचं असतं आणि कर्म विपाकात लुडबुड करता येत नाही हे ही तितकंच खरं. एका जन्माचा हा खेळ नसतो. इतकं समजलं तरी पुरे.

ह्या कहाणीच्या शेवटाला मला स्पृहाचं आवडतं गाणं फार आठवतं -

Give me some sunshine

Give me some rain,

Give me another chance

I wanna grow up once again...

स्वप्नपूर्ती

© आल्हाद कुलकर्णी